ம. நித்தியானந்தம்

சென்னையைப் பூர்வீகமாகக் கொண்ட நூலாசிரியர் ம.நித்தியானந்தம், சென்னை பல்கலைக்கழகத்தில் கணக்குப் பதிவியலில் இளங்கலையும், மதுரைப் பல்கலைக் கழகத்தில் காந்திய சிந்தனையில் முதுகலைப் பட்டமும் பெற்றவர்.

காசி முதல் ராமேஸ்வரம் வரை தலயாத்திரைகள் பல செய்து தேவாரத் தலங்கள், திருப்புகழ்த் தலங்கள், 108 திவ்ய தேசங்கள் உள்ளிட்ட சுமார் 400க்கும் மேற்பட்ட கோயில் களுக்குச் சென்று தரிசனம் செய்து பத்திரிகைகளில் எழுதியுள்ளார்.

www.templeyatra.com என்கிற இவரது இணையதளத்தில், இந்திய, தமிழக கோயில்கள் குறித்த பல தகவல்களை தமிழ் மற்றும் ஆங்கிலத்தில் எழுதி வருகிறார்.

காந்திய சிந்தனையில் நாட்டம் கொண்டு காந்தியைப் பற்றிய நூல் ஒன்றையும், சென்னையில் உள்ள கோயில்கள் பற்றிய புத்தகம் ஒன்றையும் எழுதியுள்ளார்.

அமுதசுரபி, லேடீஸ் ஸ்பெஷல், சர்வோதயம் உள்ளிட்ட இதழ்களில் இவரது படைப்புகள் வெளிவந்துள்ளன. 'வாமன புராணம்' இவரது மூன்றாவது படைப்பு.

வாமன புராணம்

ம. நித்யானந்தம்

வாமன புராணம்

Vamana Puranam

M. Nithyanandam ©

First Edition: September 2017
120 Pages
Printed in India.

ISBN 978-93-86737-20-5
Kizhakku - 1030

Kizhakku Pathippagam
177/103, First Floor,
Ambal's Building, Lloyds Road,
Royapettah, Chennai 600 014.
Ph: +91-44-4200-9603

Email : support@nhm.in
Website : www.nhm.in

 kizhakkupathippagam
 kizhakku_nhm

Author's Email: mnithyanandam2001@yahoo.co.in

Cover Image: Lalitha

Kizhakku Pathippagam is an imprint of New Horizon Media Private Limited.

உள்ளே

முன்னுரை

புராணங்கள் என்பவை வேதங்களில் உள்ள கருத்துகளைத் தெளிவாக எளிதாகப் புரிந்து கொள்வதற்காக உருவாக்கப்பட்டன. அதிலும் பண்டிதர்கள் மட்டுமே அல்லாமல் வேதம் பயிலாத எளிய மக்களும் வேதத்தின் பொருளை உணர்ந்து புரிந்துகொள்ளவேண்டும். தர்ம நியாயங்களை அறிந்து அதைப் பின்பற்றி நடந்து மேல்நிலையை அடையவேண்டும் என்பதற்காகவே எழுதப்பட்டன.

புராணம் என்ற சொல்லுக்கு பழமை வாய்ந்தது என்று பொருள். நெடுங்காலம்வரை செவிமூலமாகவே கற்பிக்கப்பட்டு வந்த புராணங்கள் பின்னாளில் வேதவியாசர் என்பவரால் நூல்களாகத் தொகுக்கப்பட்டன. அப்படித் தொகுக்கப்பட்ட பதினெட்டு புராணங்களே மகாபுராணங்கள் என்று அழைக்கப்படுகின்றன.

உலகம் தோன்றிய வரலாறு, முனிவர்கள், ரிஷிகள், மகான்களின் வாழ்க்கை வரலாறுகள், புகழ் மிக்க அரசர்களின் வரலாறுகள், கடவுளின் அவதாரங்கள், கடவுளின் லீலைகள் ஆகியவற்றை எளிய மக்களும் அறிந்துகொள்ளும் விதமாக புராணங்கள் அமைந்தன.

மனித வாழ்க்கைக்குத் தேவையான வாழ்க்கை நெறிகள், வழிபாடு கள், விரதங்கள், சடங்குகள், கடவுளை அடையும் மார்க்கங்கள் ஆகியவையும் புராணங்களில் விளக்கப்பட்டன. அவைகள் வேதக் கருத்துகளின் அடிப்படையிலேயே அமைக்கப்பட்டன.

வியாச முனிவரால் எழுதப்பட்டவை மொத்தம் பதினெட்டு புராணங்கள். அந்தப் புராணங்கள் வியாசரால் சூதர் என்கிற முனிவருக்குக் கூறப்பட்டு சூதர் மூலமாக மற்றவர்களால் அறியப்பட்டது.

1.பிரம்ம புராணம் 2.பத்ம புராணம் 3.விஷ்ணு புராணம் 4.சிவ (வாயு) புராணம் 5.பாகவத புராணம் 6.பவிஷ்ய புராணம் 7.நாரதீய புராணம் 8.மார்க்கண்டேய புராணம் 9.அக்னி புராணம் 10.பிரம்ம வைவர்த்த புராணம் 11.லிங்க புராணம் 12.வராஹ புராணம் 13.ஸ்கந்த புராணம் 14.வாமன புராணம் 15.கூர்ம புராணம் 16.மத்ஸ்ய புராணம் 17.கருட புராணம் 18.பிரம்மாண்ட புராணம் என்பவையே அந்தப் பதினெட்டுப் புராணங்கள்.

பதினெட்டு புராணங்களுள் ஒன்றான வாமன புராணம் பகவான் ஸ்ரீமன் நாராயணன் வாமனராக அவதாரம் எடுத்து மூவுலகையும் மூன்றடியால் அளந்து திரிவிக்கிரமனாக தோன்றிய வரலாற்றைக் கூறுகிறது. இந்த வாமன புராணம் பத்தாயிரம் சுலோகங்களையும் தொண்ணூற்று ஐந்து அத்தியாயங்களையும் கொண்டது. இப்புராணம் ராஜசிக புராண வகையைச் சார்ந்தது. படைப்பு, சிருஷ்டி போன்ற பிரம்மனது படைப்புகள் பற்றி விளக்குபவை ராஜசிக புராணங்கள் எனப்படும்.

(விஷ்ணு புராணத்தில் உள்ள 18 பகுதிகளில் 14 ஆவது பகுதிதான் வாமன புராணம்.) இந்தப் புராணத்தில் வாமனன், நாராயணன், தாமோதரன், சாரங்கன் மற்றும் புருஷோத்தமன் என்னும் விஷ்ணுவின் ஐந்து திருநாமங்கள் இடம் பெறுகின்றன.

வாமனன் என்றால் குள்ளன், உயரம் குறைந்தவர் என்று பொருள்படும். மகாவிஷ்ணு சிறிய வடிவம் (வாமனம்) எடுத்த வரலாற்றைக் கூறுவது வாமன புராணம். மூவுலகையும் அளந்த மகாவிஷ்ணு வாமனனாக வந்து மகாபலியிடம் மூன்று அடி மண் கேட்ட வரலாற்றை இது கூறுகின்றது.

மகாபலியிடம் வந்ததுதான் முதல் வாமன அவதாரம் என்று எண்ணியிருக்கிறோம் அல்லவா! இல்லை! மகாபலியிடத்தில் வந்தது இரண்டாவது வாமன அவதாரம். மகாவிஷ்ணு துந்து என்ற அரக்கனை அழிக்கத்தான் முதன் முதலாக வாமனனாக அவதாரம் எடுத்துள்ளார். அந்த நிகழ்வையும் இந்தப் புராணம் எடுத்துரைக்கிறது.

தட்சனின் யாகம், இமயவான் மகளாக பார்வதி தேவி பிறந்தது, காமன் தகனம், விநாயகர் பிறந்த கதை, முருகப் பெருமான் கதை, மகிஷாசுரன் வதம், அந்தகன் கதை, விஷ்ணு வாமன அவதாரம் எடுத்த கதை, சிவன் அந்தகனைக் கொல்லுதல், மகாவிஷ்ணு காலநேமியைக் கொல்லுதல், பிரம்மாவின் நான்கு தலைகளின் தோற்றம், வாலி மற்றும் சுக்ரீவன் முற்பிறவி ஆகியவை இந்த வாமன புராணத்தில் வர்ணிக்கப்பட்டிருக் கின்றன.

மேலும் ஆசிரம தர்மம், தானம், தர்மத்தின் குணங்கள், நரகங்களின் தன்மைகள், லிங்க பூஜையின் மகிமை, புத்திரன் - சிஷ்யன் உறவு முறை, சரஸ்வதி நதியின் தோற்றம், சரஸ்வதி ஸ்தோத்திரத்தின் மகிமை, அட்சய திருதியையின் சிறப்பு போன்றவற்றைப் பற்றியும் இப்புராணத்தில் சொல்லப்பட்டிருக்கிறது.

ஒருமுறை நாரதர், புலஸ்திய முனிவரிடம் சென்று வாமன புராணத்தைச் சொல்லுமாறு வேண்டினார். புலஸ்தியரும், பதினெட்டு புராணங்களுள் பதினான்காவது புராணமான வாமன புராணத்தின் மகிமையை நாரதருக்குக் கூறினார்.

அப்படிக் கூறும்போது மகரிஷி புலஸ்தியர் கூறுகிறார்:

வாமன புராணத்தைப் படிப்பவர்களாகட்டும், கேட்பவர்களாகட்டும் அவர்களது அறிவு பெருகும்; அவர்கள் பந்தங்களிலிருந்து விடுபடுவர். மகாவிஷ்ணுவின் திருவடித் தாமரைகளில் அன்பும் பக்தியும் பெருகும். இப்புராணத்தைப் படிப்பவர்கள் பாவங்களி லிருந்து விடுபட்டு விஷ்ணு லோகத்தை அடைவர். அஸ்வமேத யாகம் செய்பவர் பெறும் பயன்கள் அனைத்தும் இப்புராணத்தைப் படிப்பவர்களுக்குக் கிடைக்கும். புராணத்தின் ஒரு பகுதியைப் படித்தால் நல்ல பண்புகளும், பல புண்ணிய இடங்களுக்குச் சென்று சேர்த்த புண்ணியமும் கிடைக்கும்.

யார் ஒருவர் தன் சொல், செயல், சிந்தனை அத்தனையும் விஷ்ணுவிற்கு அர்ப்பணம் செய்கிறானோ அவன் விஷ்ணு லோகத்தை அடைவான். இவ்வாறு பகவத் பக்தியில் ஈடுபடுபவரும், இந்த வாமன சரித்திரத்தைப் பயபக்தியுடன் கேட்டு தங்களது சக்திக்கு ஏற்றவாறு பௌராணிகர் களைப் (புராணங்களைச் சொல்பவர்களை) பூஜிப்பவரும் நோய்நொடிகளின்றி தேக ஆரோக்கியத்தோடு வாழ்வார்கள். மேலும் அவர்களுக்கு வைகுண்டத்தில் வசிக்கும் பாக்கியம் கிடைக்கும் என்றெல்லாம் சிறப்பித்துச் சொல்லியிருக்கிறார்.

இக்கலியுகத்திலும் இதுபோலவே பெரும் சிறப்புமிக்க இந்த வாமன சரிதத்தைப் படிக்கும் நமது வாசகர்களும் பெரும் புண்ணியம் கிடைக்கப் பெற்றவர்களாக சகலவிதமான பாக்கியமும் அடைவார்கள் என்பது நிச்சயம்.

இந்நூலை அழகுற அச்சிட்டு வெளியிட்ட கிழக்கு பதிப்பகத்தாருக்கு என் நன்றியைத் தெரிவித்துக் கொள்கிறேன்.

வாருங்கள் வாமன புராணத்துக்குச் செல்வோம்!

ம. நித்யானந்தம்
9841398516

1

தாட்சாயணியின் ஆசை!

ஒரு சமயம் கயிலைநாதனான மகேசனும், பார்வதி தேவியாகிய தாட்சாயணியும் மந்திரமலையின் மீது வீற்றிருந்தார்கள்.

அப்போது தேவி, மகேசனைப் பார்த்து, 'கோடைக்காலத்தின் வெப்பம் உக்கிரமாக உள்ளது. நமக்கோ வீடில்லை! நாமும் மற்றவர்கள் போல் வீடுகட்டிக்கொண்டு வாழக்கூடாதா?' என்று கேட்டார்.

அதற்கு சிவபெருமான், 'எனக்கோ பொருளில்லை. பொருளில்லாமல் எப்படி வீடு கட்டுவது? அதனால் திறந்த வெளியில் வாழ்வதுதான் எனது முடிவு. நீ வெயிலைத் தாங்க முடியாமல் அவதிப்படுவதால் காடுகளில் உள்ள மரத்தடியில் சென்று வாழலாம், வா!' என்று அழைத்துச் சென்று கானகத்தில் வசிக்கத் தொடங்கினார்.

சில காலம் கழித்து, கோடைக்காலம் முடிந்து, மழைக்காலம் தொடங்கியது. மழையும், மின்னலும், இடியும் அவர்களை மரத்தடியில் வசிக்க

முடியாமல் செய்தன. பார்வதி மீண்டும் சிவனைப் பார்த்து, 'இப்பொழுதாவது நாம் வசிப்பதற்கு ஒரு வீட்டைக் கட்டிக் கொள்ள வேண்டாமா? இந்த மழையிலும், குளிரிலும் வாடவேண்டிய நிலைமை ஏற்படாதே!' என்று கேட்டாள்.

அதற்கு சிவபெருமான், 'நானோ மிருகத்தின் தோலை ஆடையாக அணிந்திருக்கிறேன். பாம்புகள்தான் எனக்கு ஆபரணங்களாக உள்ளன. இதைத் தவிர எனக்கு வேறு உடைமைகள் இல்லை. எனவே, நான் எப்படி வீட்டைக் கட்டுவது?' என்று கேட்டார்

'நான் குளிரால் தவிப்பதைப் பார்க்கும்போது கூட, என்னைக் கண்டு உங்கள் மனம் இளகாதா?' என்று பார்வதி கேட்க, சரி, மழைக்காலம் முடியும் வரை மேகமண்டலத்தில் வாழலாம் என்று சிவபெருமான் பார்வதியை அழைத்துக்கொண்டு மேக மண்டலத்தில் வசிக்கச் சென்றார். மழைக்காலம் முடிந்தவுடன் சிவபெருமான் மேக மண்டலத்திலிருந்து பார்வதியை அழைத்துக்கொண்டு மந்திர மலைக்குச் சென்றார்.

இதனிடையே தாட்சாயணியின் தந்தையாகிய தட்சன் தேவர்களை அழைத்து ஆலோசனை செய்து ஒரு வேள்வியை ஆரம்பித்தான். எல்லா தேவர்களையும் தமது துணைவியருடன் வந்து கலந்துகொள்ளும்படி அழைப்பு விடுத்தான். தர்மதேவனையும், அவனது மனைவியையும் யாகசாலைக்கு துவாரபாலகர்களாக அமர்த்தினான். அரிஷ்டநேமியை அழைத்து யாகத்துக்குத் தேவையான சமித்து முதலியவற்றை கொண்டுவரச் சொன்னான். ஆங்கீரஸ முனிவருக்கும் அவரது பத்தினி சந்திரைக்கும் உணவு சமைக்கும் பணியைக் கவனிக்கும் பொறுப்பை அளித்தான்.

பிருகு முனிவரை யாகசாலையிலும், சந்திரனையும் அவனது துணைவி ரோஹிணியையும் பொக்கிஷ அறையிலும் தங்கி அங்குள்ள வேலைகளைக் கவனிக்கும்படிக் கூறினான். மகாவிஷ்ணு, பிரம்மன், இந்திரன் உள்ளிட்ட தேவர்கள் அனைவரையும் யாகத்திற்கு அழைத்த தட்சன், சிவபெருமானை மட்டும் அழைக்கவில்லை. சிவனது கையில் கபாலம் ஒட்டியிருந்ததால் அவர் அசுத்தமானவர் என்று கருதி தட்சன் அவரை யாகத்திற்கு அழைக்கவில்லை.

இப்படி புலஸ்தியர் சொல்லிக்கொண்டு வந்தபோது நாரதர் இடைமறித்து, 'சுவாமி, பரமசிவனது கரத்தில் கபாலமிருப்பதற்குக் காரணம் என்ன?' என்று கேட்க, புலஸ்தியர் அதுபற்றிக் கூறத் தொடங்கினார்.

வாலி – சுக்ரீவன் முற்பிறவி

முன்னொரு காலத்தில் உலகமெல்லாம் பகவான் விஷ்ணுவிடம் ஒடுங்கி, ஆயிரம் ஆண்டுகள் அவரது நித்திரையால் எங்கும் இருள் சூழ்ந்திருந்தது. சூரிய, சந்திரர்கள் இல்லை. பூமியைத் தண்ணீர் சூழ்ந்திருந்தது. யுக முடிவில் விஷ்ணுவின் ரஜோகுணத்தால் ஐந்து முகமுள்ள பிரம்மன் தோன்றினான். தமோகுணம் நிறைந்த முக்கண்ணனும் உதித்தார்.

மகாவிஷ்ணுவிடமிருந்து வந்ததால் ஆணவம் கொண்ட பிரம்மனும், சிவபெருமானும் தங்களுக்குள் 'யார் உயர்ந்தவர்?' என்று போட்டியிட்டனர். பிரம்மனது ஐந்தாவது முகம் சிவபெருமானைப் பார்த்து, பிரபஞ்சத்தைப் படைப்பதால் நானே உயர்ந்தவன். உடுக்க உடையின்றி, இருக்க இடமின்றி, உண்ண வகையின்றி, காளை மீது ஏறித்திரியும் நீ எப்படி எனக்கு ஈடாக முடியும்? என்று ஏளனம் செய்தது.

இதைக் கேட்டதும் ஒன்றாக இருந்த சிவனின் முகம் ஐந்தாக மாறியது. கோபம் கொண்ட சிவன், பிரம்மனது ஐந்தாவது தலையை தமது நகத்தினால் கிள்ளிவிட்டார். ஆனால் கிள்ளப்பட்ட பிரம்மனுடைய கபாலமானது கீழே விழாமல் சிவன் கையிலேயே ஒட்டிக்கொண்டது.

தமது ஐந்தாவது தலையை அறுத்ததால் பிரம்மன் கோபம் கொண்டார். நான்கு கைகளை உடைய ஒருவனைப் படைத்து, சிவபெருமானைக் கொல்லும்படி ஆணையிட்டார். சிவபெருமான் ஓடிச் சென்று பத்ரிகாசிரமத்தில் உள்ள மகாவிஷ்ணுவிடம் நடந்த வற்றைக் கூறி, கபாலத்தைக் காட்டி பிட்சை கேட்டார். அவர் தனது வலது கையை நீட்டி, சூலத்தினால் கையில் குத்தி வேண்டியவற்றைப் பெற்றுக் கொள்ளுமாறு கூறினார்.

திரிசூலத்தின் நுனிபட்ட மூன்று இடங்களிலிருந்து ரத்தம் கொட்டியது. முதல் நுனி பட்ட இடத்திலிருந்து கொட்டிய ரத்தம் நட்சத்திர மண்டலத்தில் சென்று சேர்ந்து விட்டது. இரண்டாவது இடத்திலிருந்து கொட்டிய ரத்தம் துர்வாசராகத் தோன்றி அத்ரி முனிவரை அடைந்தது. மூன்றாவது நுனி பட்ட இடத்திலிருந்து வந்த ரத்தத்தில் ஒரு வீரன் தோன்றினான். அந்த வீரன் சிவனைப் பார்த்து, 'நான் என்ன செய்ய வேண்டும்?' என்று கேட்க, சிவனும் 'பிரம்மன் உண்டாக்கிய வீரனைக் கொல்!' என்று கட்டளை இட்டார்.

சிவன் அனுப்பிய வீரனுக்கும், பிரம்மன் சிருஷ்டித்து அனுப்பிய வீரனுக்குமிடையே ஆயிரம் ஆண்டுகள் கடும் போர் நடைபெற்றது.

இறுதியில் வெற்றி தோல்வி அற்ற நிலை ஏற்பட்டது. அதனால் பிரம்மன் அனுப்பிய வீரன் சூரிய மண்டலத்தில் சென்று மறைந்து விட்டான். விஷ்ணுவின் ரத்தத்திலிருந்து தோன்றிய, சிவன் அனுப்பிய வீரன் விஷ்ணுவிடம் சென்று கலந்து விட்டான். இந்த இரு வீரர்கள்தாம் பின்னாளில் வாலி- சுக்ரீவர்களாகவும், கர்ண - அர்ஜுனர்களாகவும் பூவுலகில் தோன்றினர்.

தட்ச யாகம்

பிரம்மாவின் தலையைத் துண்டித்ததால் பிரம்மஹத்தி தோஷம் சிவபெருமானைக் கடுமையாகப் பற்றிக்கொண்டது. அதனால் துண்டிக்கப்பட்ட பிரம்மாவின் ஐந்தாவது தலை பரமசிவன் கையிலிருந்து கீழே விழ மறுத்தது. எனவே, நர நாராயணர்களைச் சந்தித்து அதை அகற்றலாமென்று எண்ணி பரமசிவன் பத்ரிகாசிரமம் சென்றார். அவர்கள் இவரது கண்ணில் படாமல் மறைந்துவிட்டனர். யமுனையில் நீராடி பாப விமோசனம் அடையலாம் என்று சிவபெருமான் அங்கு செல்ல, பிரம்மஹத்தி தோஷம் காரணமாக யமுனை நதி வற்றி விட்டது. இது போல் இன்னும் பல நதிகளும் வறண்டு விட்டன.

புஷ்கரம், மரகதம், சைந்தவம், நிமிஷம் முதலான புண்ணிய வனங்களுக்குச் சென்றார் சிவன். அங்கும் பிரம்மஹத்தி அவரை விடவில்லை. இறுதியில் அவர் மகாவிஷ்ணுவிடம் சென்று பிரம்ம ஹத்தி தோஷம் நீங்க வழிகேட்டார்.

மகாவிஷ்ணுவும் சிவன் மேல் இரக்கம் கொண்டவராக, 'பிரயாகை மற்றும் வாரணா என்ற இரு நதிகளுக்கு இடையேயுள்ள காசி க்ஷேத்திரம் சென்று, கங்கையில் நீராடினால் தோஷம் அகலும்.' என்று வழி கூறினார். சிவபெருமானும் அவ்வாறே செய்ய, பிரம்மஹத்தி தோஷம் நீங்கி, கபாலமும் கையிலிருந்து விழுந்தது. கையில் கபாலம் இருந்ததால் சிவனுக்கு 'கபாலி' என்ற பெயர் உண்டாயிற்று. சிவன் கையிலிருந்து கபாலம் கீழே விழுந்த அந்த இடத்திற்கு 'கபாலமோட்சனி' என்ற பெயரும் ஏற்பட்டது.

இதற்கிடையே கௌதம முனிவரின் மகளான ஜயை என்பவள் பார்வதி தேவியைக் காண மந்திர மலைக்கு வந்தாள். தனது சகோதரியான விஜயா இல்லாமல் தனியாக அவள் வருவதைக் கண்ட உமா, அதற்கான காரணத்தைக் கேட்டாள். 'உங்கள் தந்தை ஒரு யாகம் செய்கிறார். அதற்கு அனைவரையும் அவர் அழைத்துள்ளார். விஜயாவும், மற்றவர்களும் யாகத்திற்குத்தான் சென்றிருக்கிறார்கள்.

நீங்கள் யாகத்திற்குச் செல்லவில்லையா? உங்கள் தந்தையார் உங்களை அழைக்கவில்லையா?' என்று ஜயை கேட்டாள்.

தனது கணவராகிய சிவபெருமானை அவமானப்படுத்தவே தந்தையாகிய தட்சன் இப்படித் தங்களை அழைக்காமல் விட்டிருக்கிறார் என்பதை அறிந்த தாட்சாயணி, நிலைகுலைந்து அங்கேயே விழுந்து உயிரை விட்டாள். அப்போது அங்கு வந்த சிவன் நடந்தவற்றை அறிந்து தட்சன் மீது கடும் கோபம் கொண்டார். சிவபெருமானின் அந்த உக்கிரமான கோபத்திலிருந்து வீரபத்திரனும், பத்ரகாளியும் தோன்றினர். சிவனது மயிர்க்கால்களிலிருந்து ஆயிரக்கணக்கான சிங்கமுகம் கொண்ட வீரர்கள் வெளிப்பட்டனர்.

வீரபத்திரனும், பத்ரகாளியும் போர்க்கோலத்துடன் தட்சனது யாகசாலைக்குச் சென்றனர். வாயிற்படியில் நின்று காவல் காத்துக்கொண்டிருந்த யமனை அடித்து விட்டு யாகசாலைக்குள் நுழைந்தனர். இவர்களது பயங்கர உருவத்தைக் கண்டு முனிவர்கள் ஓடினர். ஆயுதம் தாங்கிப் போரிட்ட தேவர்கள் தோற்று ஓடினர். இதைக் கண்ட மகாவிஷ்ணு தனது பாணங்களை வீரபத்திரர் மீது ஏவினார். வீரபத்திரர் அந்த ஆயுதங்களை அழித்தார். பல்வேறு தெய்வீக ஆயுதங்களை எய்த போதும் வீரபத்திரரை அவைகளால் ஒன்றும் செய்யமுடியவில்லை.

இறுதியில் மகாவிஷ்ணு தனது சுதர்சன சக்கரத்தைப் பிரயோகித்தார். வீரபத்திரன் அந்தச் சக்கரத்தை விழுங்கி விட்டார். அதனால் கோபம் கொண்ட விஷ்ணு, வீரபத்திரனைத் தூக்கித் தரையில் வீசினார். அவரது வயிற்றின்மீது தனது கையால் ஓங்கிக் குத்தினார். அதனால் சுதர்சன சக்கரம் வீரபத்திரனின் வாயிலிருந்து கீழே விழுந்தது. வீரபத்திரன் சிவபெருமானின் அம்சம் என்பதை உணர்ந்த மகாவிஷ்ணு அவரை விடுவித்தார்.

தோல்வியடைந்த வீரபத்திரன் சிவபெருமானிடம் சென்று தனக்கு ஏற்பட்ட தோல்வியைக் கூறினான். இதனால் ஆக்ரோஷமடைந்த சிவன் தானே யாகசாலைக்குச் சென்றார். இவரைக் கண்டவுடன் விஷ்ணு ஒரு மாமரத்தில் பதுங்கிக் கொண்டார். அஷ்ட வஸுக்களும் நதியாக மாறிவிட்டனர். இந்த நதிக்கு சீதா நதி என்று பெயர். காசியபர் முதலிய முனிவர்கள் ஸ்ரீருத்ரத்தை ஜபித்து பகவான் சிவனைப் போற்றினர். பூஷா என்பவன் பரமனைப் பார்த்து பல்லைக் காட்டி போருக்கு அழைத்தான். பூதநாதனான சிவன் அவனது கன்னத்தில் வேகமாகக் குத்தினார். அதனால் பூஷாவின் பற்கள் உதிர்ந்தன. சர்வேஸ்வரனை எதிர்த்து நின்ற அனைவரும் யமனுக்கு இரையாயினர்.

சிவபெருமான் தனது முக்கண்களாலும் அக்னிகளைத் தகித்ததால், யாகம் மான் உருவம் கொண்டு ஓடியது. யாகசாலையிலிருந்த சிவனது உருவம் இரண்டாக மாறியது. ஜடாமகுடத்தோடு கூடிய ஒரு உருவம் யாகசாலையில் தங்கிவிட்டது. இரண்டாவது உருவம் பாசுபதாஸ்திரம் பூட்டிய வில்லுடன் ஆகாயத்தில் சென்ற மானைப் பின்தொடர்ந்து சென்றது. ஜடாபரத்துடன் யாகசாலையில் தங்கிய உருவம் 'ஜடாதரன்' என்ற பெயரையும், ஆகாயத்தில் சென்ற இரண்டாவது உருவம் 'காலபுருஷன்' என்ற பெயரையும் பெற்றது.

பயந்து நடுங்கிப் போன தட்சன் தனது தவறை உணர்ந்து காலஸ்வரூபி யான சிவனைத் துதித்து தனது யாகத்தைப் பூர்த்தி செய்தான். தாட்சாயணி தனது உடலைத் துறந்ததால் சிவபெருமான் தனிமையில் தவித்தார். தேவியின் பிரிவினால் ஏற்பட்ட துயரத்தால் மனநிம்மதியின்றி அலைந்தார். சதியைப் பிரிந்த துயரத்தால் ஏற்பட்ட சூடு அதிகமானதால் ஒவ்வொரு தீர்த்தமாகச் சென்று நீராடத் தொடங்கினார்.

இந்த சந்தர்ப்பத்தை எதிர்பார்த்துக் காத்திருந்த காமன் அவர்மீது உன்மத்தமெனும் அம்பைத் தொடுத்தான். சிவன் மனைவியை நினைத்து பித்தனைப்போல் அங்குமிங்கும் அலைந்து திரிந்தார். மறுபடியும் மன்மதன் 'ஸந்தாபினீ' என்ற பாணத்தை சிவபெருமான் மீது விடுத்தான். இதனால் அவரது துயரம் அதிகமானது. இந்நிலையில் தற்செயலாக குபேரனது மகன் பாஞ்சாலனை சந்தித்தார் சிவன். மகேஸ்வரனின் நிலையைக் கண்டு பாஞ்சாலன் திகைத்து நின்றான்.

சிவபெருமான் தனக்கு ஏற்பட்ட தாபத்தை வாங்கிக் கொள்ளுமாறு பாஞ்சாலனிடம் கூறினார். பாஞ்சாலன் மறுப்பு ஏதும் தெரிவிக்காமல் அதை ஏற்றுக்கொண்டான். அதைக் கண்டு மகிழ்ச்சி அடைந்த மகேசன், 'காலஞ்சர க்ஷேத்திரத்திற்கு அருகே 'பாஞ்சாலகேசன்' என்று நீ பக்தர்களால் வணங்கப்படுவாய். உன்னை வழிபடுபவர்களது விருப்பம் நிறைவேறும்!' என்று ஆசீர்வதித்தார்.

பின் சிவபெருமான் அங்கிருந்து விந்திய மலைக்குச் சென்றார். மன்மதன் மீண்டும் தனது மலர் அம்பை ஏந்திக்கொண்டு கைலாசநாதனைப் பின்தொடர்ந்தான். விந்திய மலையில் தவம் செய்து கொண்டிருக்கும்போது சிவபெருமான் அடி, முடி காண முடியாத லிங்க வடிவத்தை எடுத்தார். அதனால் பதினான்கு உலகங்களும் நடுங்கின. இதைக் கண்டு அஞ்சிய பிரம்மன்,

மகாவிஷ்ணுவிடம் சென்று காரணம் கேட்டார். நடந்தவற்றைத் தெரிவித்த மகாவிஷ்ணு, பிரம்மனுடன் விந்திய மலைக்குச் சென்றார்.

சிவபெருமானது முடியைத் தேடி பிரம்மதேவனும், அடியைத் தேடி மகாவிஷ்ணுவும் சென்றனர். வெகுதூரம் சென்றும் இருவராலும் அடி, முடியைக் காணமுடியவில்லை. இருவரும் திரும்பி வந்து சிவனைத் துதித்துப் போற்றினர். அவர்கள்முன் சிவபெருமான் தோன்றி பிரம்மாதி தேவர்களுக்கு லிங்க பூஜையை உபதேசித்து மறைந்தார்.

பின்னர் பிரம்மா சைவம், பாசுபதம், காலதாமனம், காபாலிகம் என்ற நான்கு விதமான சிவபூஜை சாஸ்திரங்களை இயற்றினார். சிவபெருமானது அவதாரமான சக்தி முனிவர் என்பவருக்கு கோபாயனர், பரத்வாஜர் என்ற இரு சீடர்கள் இருந்தனர். இந்த இருவரில் பரத்வாஜ முனிவரது சீடனான ஸோமகேஸ்வரன் என்ற அரசனும், ஆபஸ்தம்பரது சீடனான குரோதஸ்வரன் என்ற வைசியனும், அருணோதரன் என்ற நான்காவது வருணத்தானும் ஆகிய மூவரும் இப்பூவுலகில் சிவபூஜையின் சம்பிரதாயங்களை ஆரம்பித்து வைத்தார்கள்.

மன்மதன் சிவபெருமான் மீது மூன்றாவது முறையாக அம்பை எய்யக் குறி பார்த்திருக்க அதைப் பார்த்துவிட்ட சிவபெருமான் கோபம் கொண்டு மன்மதனின் வில்லைப் பிடுங்கி ஒடித்துப் போட்டு, தனது நெற்றிக்கண்ணால் அவனைச் சுட்டெரித்தார். அவனது அங்கங்கள் அழகிய மரங்களாகின. மன்மதன் எரிந்துவிட்டதால் அவன் வடிவமில்லாதவன் என்ற பொருளில் 'அனங்கன்' என்று பெயர் பெற்றான். காமனை எரித்த சிவன் இமயமலைக்குச் சென்று தவம் செய்யத் தொடங்கினார்.

2

நர நாராயண – பிரகலாத யுத்தம்

ஒரு சமயம் சியவன முனிவர் நர்மதை நதியில் குளித்துக் கொண்டிருந்த போது, நாகம் ஒன்று அவரைக் கடித்து நாகலோகத்திற்கு இழுத்துச் சென்றது. உடனே அவர் பகவான் ஹரியை நினைக்க விஷம் அகன்றது. அங்கு பாதாளலோகத்தை ஆட்சி செய்து கொண்டிருந்த பிரகலாதன் இதை அறிந்தான். அவன் சியவன முனிவரை வணங்கிப் பூஜித்து அவரை தனக்கு தர்மோபதேசம் செய்யும்படி வேண்டினான். சியவன முனிவர் தீர்த்தங்களின் பெருமைகளை விளக்கித் தீர்த்த யாத்திரையின் மகிமைகளை சிறப்புகளை அவனுக்கு எடுத்துச் சொன்னார்.

இதன் காரணமாக உடனே பெரும் ஆவலுடன் தீர்த்த யாத்திரை புறப்பட்ட பிரகலாதன் பூலோகம் சென்று நைமிசாரண்ய தீர்த்தத்தில் நீராடினான். அங்கு ஜடா மகுடதாரிகளாக தவம் புரியும் இரண்டு முனிவர்களைப் பார்த்தான். இருவருடைய பக்கத்திலும் மிகப்பெரிய வில்லும், அம்புகள்

நிறைந்த இரண்டு அம்புறாத்தூணிகளும் இருந்தன. தவமியற்றும் முனிவர்கள் வில்லையும், அம்பையும் வைத்திருப்பது பொருத்தமில்லாத செயல் என்று பிரகலாதன் கருதினான். அந்த இருமுனிவர்களும் நர நாராயணர் என்று அவன் அறியவில்லை. எனவே, அவர்களைக் கபடவேடதாரிகள் என்றெண்ணி அவர்களிடம் சென்று, 'தவம் செய்கின்ற இடத்தில் வில்லுக்கும், அம்புக்கும் வேலையில்லை. அவற்றை வைத்திருக்கும் நீங்கள் யார்?' என்று கேட்டான்.

நர நாராயணர்கள் பதில் கூறாமல் அமைதியாக இருக்க, கோபமடைந்த பிரகலாதன், 'போலித் துறவிகளை தண்டிப்பது மன்னனாகிய எனது கடமை. சக்தியிருந்தால் என்னுடன் சண்டைக்கு வாருங்கள்!' என்று அழைத்தான். நர முனிவருக்கும், பிரகலாதனுக்கும் இடையே கடுமையான யுத்தம் நிகழ்ந்தது. இவர்கள் எய்த அம்புகளால் சூரியனது ஒளியே பூமியில் படாமல் மூடிக்கொண்டது. தேவர்கள் மிகுந்த ஆச்சரியத்துடன் இவர்களது யுத்தத்தைப் பார்க்க வானில் சூழ்ந்துகொண்டனர்.

பிரகலாதன் எய்த எல்லா திவ்ய அஸ்திரங்களும், நர முனிவர் எய்த பாணங்களால் பயனற்றுப் போயின. பல வில்கள் முறிந்தன. கணக்கிலடங்கா ஆயுதங்கள் தூள் தூளாயின. இறுதியாக நர முனிவரின் நாராயணாஸ்திரத்தால் பிரகலாதன் சுயநினைவற்று தேரில் விழுந்தான். நிலைமையை உணர்ந்த பிரகலாதனின் சாரதி, ரதத்தை அங்கிருந்து அப்புறப்படுத்தி சிறிது தூரம் சென்று நிறுத்தினான். மன்னனுக்கு மயக்கம் தெளிவித்தான். மயக்கம் தெளிந்து எழுந்ததும் பிரகலாதன் மீண்டும் போருக்குப் புறப்பட்டான்.

இம்முறை நாராயண முனிவர் போருக்கு வந்தார். இருவரும் நெடுநேரம் போர் புரிந்தனர். இருவருக்கும் வெற்றி தோல்வி இல்லை. மாலை நேரம் வந்தவுடன் நாராயண முனிவர் யுத்தத்தை நிறுத்தி பிரகலாதனைப் பார்த்து, 'மாலை நேரத்திற்குப் பிறகு யுத்தம் செய்வது தருமம் ஆகாது! எனவே, நாளை பொழுது விடிந்தவுடன் போர் செய்யலாம்!' என்று கூறினார். பிரகலாதனுக்கு இரவு முழுவதும் உறக்கம் வரவில்லை. இந்த முனிவர்களை வெற்றி கொள்ள முடியவில்லையே என்று மனம் வருந்தினான்.

பின், பிரகலாதன் மகாவிஷ்ணுவை மனத்துக்குள் பிரார்த்தித்தான். உடனே பகவான் அவன் முன் தோன்றினார். பரவசமான பிரகலாதன் அவரைத் துதித்துப் போற்றினான். பிறகு, 'பகவானே! இந்த இரு முனிவர்கள் யார்? இவர்களை என்னால் வெற்றி கொள்ள

முடியவில்லையே! இவர்களை வெல்வதற்கான வழிகளை நீங்கள்தான் எனக்குத் தெரிவிக்க வேண்டும்' என்று வேண்டினான்.

அதற்கு மகா விஷ்ணு, 'பிரகலாதா! இவர்கள் நரநாராயணர்கள், எனது அம்சமாகத் தோன்றியவர்கள். இவர்களை வெல்வது என்பது இயலாத காரியம். பக்தியினால் அவர்களைத் தியானம் செய்!' என்று கூறி மறைந்தார்.

உடனே பிரகலாதன் பாதாளலோகம் சென்று தனது சகோதரனான அந்தகன் என்பவனை அழைத்து அவனிடம் தனது அரச பதவியை அளித்தான். அங்கிருந்து கிளம்பி பத்ரிகாசிரமம் சென்று நர நாராயணர்களைத் துதித்தான். அவர்கள் பிரகலாதன் எதிரில் தோன்றி அவனை ஆசீர்வதித்து, பாதாளலோகம் சென்று அங்குள்ள அசுரர்களுக்கு மகாவிஷ்ணுவின் பெருமைகளை எடுத்துரைக்குமாறு கூறினர். அவ்வாறே பிரகலாதன் பாதாளம் சென்று அங்கு ஓர் ஆசிரமம் அமைத்து அசுரர்களுக்கு பகவத் பெருமையைப் புகட்டினான்.

அந்தகன்

ஹிரண்யாட்சன், ஹிரண்யகசிபு என்று இரு அசுரர் தலைவர்கள் இருந்தார்கள். அவர்களில் ஹிரண்யாட்சன் மகன்தான் அந்தகன். ஹிரண்யகசிபுவின் மகன் பிரகலாதன். அந்தகனுக்கு பார்வை கிடையாது. இருந்தாலும் பிரகலாதன் தனக்கு அளித்த அரச பதவியை நல்ல முறையில் பரிபாலனம் செய்தான். இவன் பெரிய சிவ பக்தனாதலால் சிவனை நோக்கிக் கடுந்தவம் புரிந்து பல அரிய வரங்களைப் பெற்றான்.

அசுர குலத்தவர்களுக்கு குரு சுக்ராச்சாரியார். அந்தகனும் தங்களது முன்னோர்களைப் போல் அவரை குருவாகக் கொண்டான். அவரது ஆலோசனையின் பேரில், சிவனிடம் வரங்களைப் பெற்ற தைரியத்தில் இந்திராதி தேவர்களை ஜெயிக்க திக்விஜயம் கிளம்பினான்.

அந்தகன் தேவலோகத்தை நோக்கிப் படையெடுத்து வருவதை அறிந்த இந்திரனும் போருக்குத் தயாரானான். தனது வெள்ளை யானை வாகனத்தின்மீது ஏறி இந்திரனும், பௌண்ட்ரகம் என்னும் எருமை மீதேறி யமனும், கடற்பன்றியின் மீதமர்ந்து வருணனும், நர வாகனத்தின் மீது ஏறி குபேரனும் போருக்குப் புறப்பட்டனர்.

இந்திரன் தனது தலைநகரான அமராவதியைக் காக்க மிகப்பெரிய அமரர் படையுடன் அந்தகனை எதிர்கொண்டான். இரு படைகளும் கடுமையாக மோதிக்கொண்டதால் எழுந்த தூசியால் அந்தப்

போர்க்களமே இருண்டு விட்டது. எதிரி வீரர் யார், நமது படையைச் சேர்ந்தவர் யார் என்று அடையாளம் காண்பதே சிரமமாக இருந்தது. போர்க்களம் முழுவதும் இறந்த உடல்களும், ரத்தம் பீறிட்ட உறுப்புகளும் சிதறிக் கிடந்தன.

தேவ அசுரப் போரால் உலகமெங்கும் நடுங்கியது. ஆயிரம் குதிரைகள் பூட்டிய ரதத்தின் மீதேறி அந்தகன் அமரர் படை அனைத்தையும் அழித்தான். அஷ்ட திக்பாலர்களையும் மூர்ச்சையாகி விழும்படித் தாக்கினான். முடிவில் அந்தகன் தேவர்களை முறியடித்து வெற்றி பெற்றான். மூன்று உலகங்களையும் தனது ஆளுகைக்குக் கொண்டு வந்து 'அஷ்மகா' என்ற தனது தலைநகரிலிருந்து ஆட்சி செய்தான்.

3

சுகேசியும் தர்மோபதேசமும்...

வித்யுத்கேசி என்னும் அரக்கனின் மகன் சுகேசி.

சுகேசி தர்மசிந்தனைகளில் நாட்டம் கொண்டவன். இவன் ஒருமுறை சிவனை நோக்கிப் பல்லாண்டுகள் தவம் செய்தான். சிவபெருமான் அவனது தவத்தை மெச்சி, ஆகாய மார்க்கமாக எல்லா இடங்களுக்கும் செல்லக்கூடிய ஒரு நகரத்தை வாகனமாக அளித்தார். ஒருசமயம் சுகேசி மகத வனம் சென்று அங்கிருந்த முனிவர்களை வணங்கி தர்ம தத்துவத்தைத் தனக்குக் கூறும்படி வேண்டினான். அறவழியில் நடப்பதே தர்ம தத்துவம் என்று முனிவர்கள் தெரிவித்தனர். பின்னர் தர்மத்தின் தன்மைகள் பற்றி சுகேசி அவர்களிடம் கேட்க, அவர்களும் தேவர் முதல் மனிதர் வரையுள்ள அனைத்து ஜீவராசி களுக்கும் உரிய தர்மங்களை சுகேசிக்கு விரிவாக எடுத்துக் கூறினர்.

யாகம், வேதார்த்த விசாரம், விஷ்ணு பூஜை ஆகியவை **தேவ தர்மம்**. பலம், பொறாமை, சண்டை, நீதிநெறி

அறிதல், சிவபக்தி போன்றவை **தைத்ய தர்மம்**. யோகசித்தி, வேதம், பிரம்மஞானம், விஷ்ணு பக்தி ஆகியவை **சித்த தர்மம்**. உபாசனம், நிருத்ய வாத்யம், சரஸ்வதி பக்தி போன்றவை **கந்தர்வ தர்மம்**. வித்தை, ஆண்களுக்குரிய ஒழுக்கம், பவானி பக்தி ஆகியவை **வித்யாதர தர்மம்**. பிரம்மச்சரியம், அடக்கம், யோகாசனம், எங்கும் சஞ்சரித்தல் போன்றவை **பித்ரு தர்மங்களாக** வகுக்கப்பட்டுள்ளன.

மேலும் சத்யம், ஜபம், ஞானம், நியமம், தர்மம் அறிதல் ஆகியவை **ரிஷி தர்மம்**. வேதம், தானம், யாகம், கர்வமில்லாமை, அனாயாசம், தயை, அகிம்சை, பொறுமை, இந்திரிய ஜயம், சௌசம் (சுத்தமாக இருத்தல்), விஷ்ணு, சங்கரன், சூரியன், அம்பிகை ஆகியவர்களிடம் பக்தி போன்றவை **மனித தர்மம்**. தனாதிபத்யம், போகம், வேதம், சிவபக்தி, அகங்காரம் ஆகியவை **குஹ்ய தர்மம்**, பிறர் தாரத்தின் மீது ஆசை, வேதம், சிவபக்தி போன்றவை **ராட்சஸ தர்மம்**. அறிவுக் குறைவு, பொய், அனாசாரம், மாமிச உணவில் ஆசை ஆகியவை **பிசாச தர்மம்** என்று இந்தப் பன்னிரண்டு வகையான தர்மங்களும் பிரம்மனால் விதிக்கப்பட்டன.

கர்மவிபாகம்

ஐம்பது கோடி யோசனை தூரம் கொண்ட ஓடம் போல் நீரின் மேல் மிதக்கும் இந்தப் பூமியில் ஜம்பூத்வீபம், பிலட்சம், சால்மலி, குசம், கிரௌஞ்சம், சாகம், புஷ்கரம் என்னும் பகுதிகள் அமைந்துள்ளன. பிலட்சம் முதல் சாகம் வரையுள்ள பகுதிகளில் வசிப்பவருக்கு **தேவ தர்மம்** உரியது.

புஷ்கரம் என்னும் பகுதியில் ரௌரவம், மகாரௌரவம், தாமிஸ்ரம், அந்ததாமிஸ்ரம், காலசக்கரம், அப்ரதிஷ்டம், கடயந்திரம், அஸிபத்ரவனம், தப்தகும்பம், கூடாசால்மலி, கரபத்ரம், சுவான போஜனம், ஸந்தம்சம், லோஹபிண்டம், கரம்பஸிகதம், கூாரநதி, கிரிமிபோஜனம், வைதரணீ, சூராக்ரதாரம், நிஷிதசக்ரம், ஸம்சோஷணம் என்னும் இருபத்தோரு நகரங்கள் உள்ளன.

தேவர், த்விஜர் (பிராமணர்), வேதம், புராணம், குரு முதலியவர்களை நிந்தித்து யாகத்தைக் கெடுப்பவர்கள், தானம் செய்பவர்களைத் தடுப்பவர்கள், நண்பர்கள், தம்பதிகள் போன்றவர்களைச் சேரவிடாமல் தடுப்பவர்கள், பொதுப் பணத்தைத் தவறாகச் செலவழிப்பவர்கள், கன்னிகையை ஒருவருக்கு அளித்து மறுபடி மற்றொருவருக்கு அளிப்பவர்கள் நரகத்திற்குச் செல்வார்கள்.

தேவ பித்ரு காரியத்திற்காக பூஜைகள் செய்வதற்கு அழைக்கப் பட்டவர்கள், பணத்தாசை கொண்டு வேறு இடத்திற்குச் சென்றால் அவர்கள் கழுகுகளால் இரண்டாகக் கிழிக்கப்படுவர். தகாத வார்த்தை களால் சாதுக்களைத் துன்புறுத்துபவர்களது நாக்கைக் கழுகுகள் பிளக்கும். பெரியோர்களைக் காலால் மிதிப்பவரது கால்கள் கட்டப்பட்டு, அவர்கள் ரௌரவம் என்னும் நரகத்தில் தள்ளப்படுவர். பாயசம், பட்சணம் முதலியவைகளை இறைவனுக்கு நிவேதனம் செய்யாமல் தனக்காக மட்டும் செய்து உண்பவர்களது வாயில் உருக்கிய இரும்பு விடப்படும். தண்ணீர்ப் பந்தல், மடம், உத்யானம், தடாகம் முதலியவைகளை அழிப்பவர்களது தோல் கத்தரிக்கப்படும்.

புரோகிதரைத் துன்புறுத்துபவர் கல்லால் அடிக்கப்படுவர். கொடுத்த பொருளை இல்லை என்று சொல்பவர்கள் தேள் குழியில் விழுவர். சண்டாளனிடம் தானம் வாங்குபவர்கள் கல்தேரையாகப் பிறப்பார்கள். பிறருக்குத் துன்பத்தைக் கொடுப்பவர்கள், சந்தனம், சாமரம் திருடுபவர்கள் கரம்பளிகத நரகம் செல்வார்கள். தேவர்கள், விருந்தினர், பெற்றோர், சிறுவர்கள், கர்ப்பிணிப் பெண் போன்றவர்கள் பசியோடு இருக்கும்போது தான் மட்டும் உண்பவன் சுவான போஜனம் என்னும் நரகத்திற்குச் செல்கிறான்.

பெற்றோர்களையும் பெரியோர்களையும் மதிக்காதவர்கள் அப்ரதிஷ்டம் என்ற நரகத்திற்குச் செல்வர். பஞ்ச காலத்தில் தன்னுடன் இருப்பவர்களைக் காப்பாற்றாமல் தன்னை மட்டும் காத்துக் கொள்பவன் ஸ்வபோஜன் என்ற நரகத்திற்குச் செல்வான். கடயந்திரம் என்ற நரகத்திற்குத் தன்னிடம் புகலிடமாக வந்தவர் களைக் காக்காமல் இருப்பவன் செல்வான். சுபதினங்களில் உடலுறவு கொள்பவனும் கள்ள உறவு கொள்பவனும் கூடாஷால்மாலி என்ற நரகத்திற்குச் செல்வார்கள்.

தேவர்களில் விஷ்ணுவும், நதிகளில் கங்கை நதியும், புனித க்ஷேத்திரங் களில் குருஜாங்கலமும், லோகங்களில் பிரம்மலோகமும், சாத்திரங்களில் வேதமும், முனிவர்களில் அகத்தியரும், புராணங்களில் ஸ்ரீமத் பாகவதமும், பதிவிரதைகளில் பார்வதியும், ஸ்மிருதியில் மனுவும், நான்கு கால்களை உடைய விலங்குகளில் பசுவும், மலர்களில் மல்லிகையும், நகரங்களில் காஞ்சி நகரமும், வியாதிகளில் அஜீரணமும், ரசத்தில் உப்பும், நரகத்தில் வைதரணியும் சிறந்ததாகும். அதுபோல் பாபத்தில் நன்றி கொன்ற பாபம் பெரிய பாபமாகும்.

ஜம்பூத்வீபம்

'ஜம்பூத்வீபம் என்றால் என்ன?' என்று முனிவர்களிடம் சுகேசி கேட்டான். அதற்கு அவர்கள், 'ஜம்பூத்வீபம் என்பது ஒன்பது பகுதி களைக் கொண்ட ஒரு பெரிய தீவு ஆகும். இதன் நடுவில் இலவித்வர்ஷம் என்னும் பகுதி அமைந்துள்ளது. இதைச் சுற்றி கிழக்கே பத்ராஷ்வ வர்ஷமும், மேற்கே கேதுமால்வர்ஷமும், தெற்கே பாரதவர்ஷமும், வடக்கே குருவர்ஷமும் அமைந்துள்ளன. வடமேற்கே ஹிரண்யாட்ச வர்ஷமும், தென்கிழக்கே கின்னரவர்ஷமும், தென்மேற்கே ஹரிவர்ஷமும், வடமேற்கே ரம்யாட்ச வர்ஷமும் உள்ளன. இவை ஒன்பதும் இயற்கை அழகு வாய்ந்தவை!' என்று விளக்கினார்கள்.

பாரத வர்ஷத்தில் ஒன்பது தீவுகள் இருக்கின்றன. இவை யாவும் கடலால் சூழ்ந்திருக்கும். ஒரு தீவிலிருந்து மற்றொரு தீவிற்குச் செல்வது கடினம். இதைச் சுற்றிலும் இந்திரத்வீபம், கேசருமானம், தாமருவர்னம், கபஷ்திமானம், நாகத்வீபம், காரகம், சிங்களம், வாருணம், மற்றும் குமாரம் முதலிய கிளைத் தீவுகள் அமைந்துள்ளன. பாரத வர்ஷத்திற்கு கிழக்கே கிராத் என்னும் தீவும், மேற்கே யவனத் தீவும் உள்ளன. இங்கு மக்கள் வசிக்கிறார்கள். பாரத வர்ஷத்திற்குத் தெற்கே வசிப்பவர்கள் 'ஆந்த்ரா' என்றும், வடக்கே இருப்பவர்கள் 'துருயாக்' என்றும் அழைக்கப்படுகிறார்கள்.

பாரத வர்ஷத்தில் பிராமணர்கள், சத்திரியர்கள், வைசியர்கள், சூத்திரர்கள் என்னும் நால்வகை முக்கியப் பிரிவினர் வாழ்கிறார்கள். இங்கு மகேந்திரம், மலாய், சாக்யம், சுக்தி, மான்ரிக்ஷம், விந்தியம், பாரியாத்ரம் என்னும் ஏழு முக்கியமான மலைகள் உள்ளன. இமய மலையிலிருந்து சரஸ்வதி, யமுனா, ஹிராவதி, ஷடத்ரி, சந்திரிகா, நீலம், விதஸ்தம், ஐராவதி, குஹூ, தேவிகா, உஷிரா, தாடகி, ரசா, கோமதி, கண்டகி, கௌஷிகி, சரயு போன்ற நதிகள் உற்பத்தி யாகின்றன. இதேபோல் மற்ற மலைகளிலிருந்தும் பல நதிகள் உற்பத்தியாகின்றன.

தர்மத்தின் பத்து குணங்கள்

அஹிம்சை, உண்மை, தானம், திருடாமை, மன்னித்தல், தன்னடக்கம், தூய்மை உள்ளிட்ட தர்மத்தின் பத்து குணங்களைப் பற்றி முனிவர்கள் எடுத்துரைத்தார்கள். இவை யாவும் எல்லாப் பிரிவினராலும் பின்பற்றப்பட வேண்டியவை. பிராமணர்களின் வாழ்வை பிரும்மச்சர்யம், கிருகஸ்தம், வானப்பிரஸ்தம், சன்யாசம் என்று நான்கு ஆஸ்ரமங்களாகப் பிரித்திருக்கிறார்கள். அவன் முதலில் பிரம்மச்சாரி

நிலையில் தூய்மையாக வாழ்ந்து அறிவைத் தேடிக் கொள்கிறான். இரண்டாவது நிலையில் அவன் படிப்பை முடித்துவிட்டு திருமணம் செய்துகொண்டு இல்லறக் கடமைகளைச் செய்கிறான். மூன்றாவதான வானப்பிரஸ்த நிலையில் காட்டுக்குச் சென்று வாழ்கிறான். தன் சுகங்களைத் துறக்கிறான். நான்காவது நிலையான சன்யாச நிலையில் ஆஸ்ரமம் அமைத்து தியானம், தவம் முதலியன மேற்கொண்டு துறவியாக வாழ்கிறான்.

ஆசிரம தர்மம்

பிரம்மசாரி, குருவிற்குக் காட்டாமல் எதையும் உண்ணக்கூடாது. குருவானவர் அழைத்தபிறகுதான் வித்தையைக் கற்கச் செல்ல வேண்டும். குருவிடம் வித்தைகளைக் கற்றுக்கொண்ட பிறகு அவருக்கு விருப்பமான தட்சணையை அளிக்கவேண்டும். பின்னர் தான் கற்றுக்கொண்ட பக்குவத்திற்கு ஏற்றபடி பிரம்மச்சரியம், இல்லறம், வானப்பிரஸ்தம் அல்லது சந்நியாசம் ஆகியவற்றில் ஏதேனும் ஒன்றை ஏற்றுக்கொள்ளலாம். ஆசாரம் இல்லாமல் செய்யப்படும் கர்மாவானது வீணாகும். ஆசாரம் என்னும் மரத்திற்கு தர்மமே வேர்; தனமே கிளை. காமமே அதன் மலர்களாகும். மோட்சம் என்பது அதில் பழுக்கும் பழமாகும்.

காலையில் எழுந்து சுப்ரபாத ஸ்தோத்திரம் சொல்லி வீட்டிலிருந்து வெகுதூரம் சென்று காலைக் கடன்களைக் கழிக்கவேண்டும். பின்னர் மண்ணால் கைகால்களைச் சுத்தம் செய்து குளிக்கவேண்டும். வேலை யில்லாமல் வெளியில் செல்லக்கூடாது. எந்தப் பெண்ணுடனும், அவர் சகோதரியாக இருந்தாலும்கூட ஒரே ஆசனத்தில் உட்காரக்கூடாது. உடம்பில் ஒரு துணியாவது இல்லாமல் குளிக்கவோ, தூங்கவோ கூடாது. ஞாயிற்றுக்கிழமைகளில் எண்ணெய் குளியலும், வெள்ளிக்கிழமைகளில் முகச்சவரமும் செய்யக்கூடாது.

தெற்கு முகமாகவும், மேற்கு முகமாகவும் உட்கார்ந்துகொண்டு உணவு உண்ணக்கூடாது. மற்றவர்கள் வைத்துக்கொண்ட மலர்களை வைத்துக்கொள்ளக்கூடாது. பிறர் உடுத்திக்கொண்ட உடைகளை உடுத்தக்கூடாது. மற்றவர்கள் அணிந்துகொண்ட காலணிகளை ஏற்கக்கூடாது. பிறர் உணவு உண்டு அதில் மீதமுள்ள உணவை உண்ணக்கூடாது. கிரகணம் ஏற்படும் நாளைத் தவிர மற்ற நாட்களில் இரவில் குளிக்கக்கூடாது. குளித்தபிறகு தலை மயிரை உதறக்கூடாது. துணியால் உடலைத் தேய்க்கக்கூடாது.

தேவ பித்ரு காரியம் செய்யாதவர்கள் அளிக்கும் அன்னம், டம்பமாக அனுஷ்டானம் செய்பவர்கள் அளிக்கும் அன்னம், ஸ்வதர்மத்தை

கைவிட்டு பரதர்மத்தை மேற்கொள்பவர்கள் கொடுக்கும் அன்னம், ஆசை காட்டி மோசம் செய்யும் சண்டாளர்கள் தரும் அன்னம் ஆகியவற்றை உண்பது பாவம். அவ்வாறு உண்பவர்கள் சாந்த்ராயண விரதத்தை மேற்கொண்டால் சுத்தமாவார்கள். சாந்த்ராயண விரதம் என்பது உணவை தேய்பிறையில் குறைத்தும், வளர்பிறையில் அதிகமாகவும் உண்ணும் விரதமாகும். அருவருக்கத்தக்க காரியத்தை மேற்கொள்ளக்கூடாது. பிறருக்கு அச்சத்தை உண்டாக்கக்கூடிய செயல்களைச் செய்யக்கூடாது.

சுகேசியும் சூரியனும்

பிராமண, க்ஷத்திரியர்களே வானப்பிரஸ்த ஆசிரமத்திற்கு ஏற்றவர்கள். வைசியர்களுக்கு பிரம்மச்சரியம், இல்லறம் என்ற இரண்டு ஆசிரமங்கள் வரையறுக்கப்பட்டுள்ளன. நான்காவது வருணத்தவர்களுக்கு இல்லறம் மட்டுமே அனுமதிக்கப்பட்டுள்ளது. ஸ்வதர்மத்தை முறையாகக் கடைப்பிடிப்பவர்கள் பிரம்மலோகம் செல்வார்கள். பரதர்மத்தைக் கடைப்பிடிப்பவர்கள் சூரியனுடைய கோபத்திற்கு உள்ளாவார்கள். இவ்வாறு முனிவர்கள் சுகேசியிடம் உபதேசித்தார்கள்.

உபதேசம் பெற்ற சுகேசி தமது இனத்தாரான ராட்சசர்களிடம் சென்று அகிம்சை, சத்தியம், களவாடாமை, பொறுமை, இந்திரிய ஜயம், தானம், தயை, கர்வமில்லாமை, இனிமையான வாக்கு முதலிய பத்து சாராம்சங்களை உபதேசம் செய்தான். ராட்சசர்களும் இந்த உபதேசங் களை முறையாகக் கடைப்பிடித்துவந்ததால் அவர்களது நகரம் ஒளிமயமாக விளங்கியது. இதனால் சந்திர, சூரியர்களின் ஒளி மங்கியது.

சுகேசியின் கர்வத்தை அடக்குவதற்கு என்ன வழி என்று யோசித்தான் சூரியன். சுகேசி ஸ்வதர்மமான ராட்சச தர்மத்தைக் கைவிட்டான் என்பதைக் காரணமாகக் கொண்டு அவனை அவனது நகரத்துடன் கீழே தள்ளிவிட்டான். அதனால் சுகேசி கீழே விழுந்தான். தனது பக்தனுக்கு ஏற்பட்ட நிலையைக் கண்ட ருத்ரன் சூரியனைக் கோபத்துடன் பார்க்க அவனும் தனது ரதத்திலிருந்து கீழே விழுந்தான். சூரியன் ரதத்திலிருந்து கீழே விழுந்ததால் அவனுடன் ரதத்திலிருந்த மற்ற பானுக்களும் மகரிஷிகளும்கூடக் கீழே விழுந்தனர்.

கீழே விழுந்த சூரியனும், மற்ற மகரிஷிகளும் பிரம்மலோகம் சென்று பிரம்மாவைச் சரணடைந்தனர். பிரம்மா அவர்களிடம், காசிக்குச் சென்று அங்குள்ள விசுவநாதரை சரணடையுமாறு கூறினார். சூரியன்

உள்ளிட்ட தேவர்கள் அனைவரும் காசிக்குச் சென்று விசுவநாதரை வணங்கிப் பலவாறு துதித்துப் போற்றினர். தேவர்களது பிரார்த்தனைக்கு இணங்கி சிவபெருமான் சூரியனைக் கையில் ஏந்தி 'லோலன்' என்ற பெயர் சூட்டி தேரோடு ஆகாயத்தில் நிறுத்தினார். சூரியனும் முன்போலவே தனது கடமையைத் தொடர்ந்து செய்யத் தொடங்கினான். பிரம்மதேவரும் சுகேசியை அவனது நகரத்துடன் ஆகாயத்தில் அமர்த்தினார்.

தெய்வங்களும் தாவரங்களும்

'அஸ்வினி மாதத்தில் ஸ்ரீவிஷ்ணுவின் தொப்புளிலிருந்து தாமரை மலர் தோன்றுகிறது. இதேபோன்று பல தெய்வங்களிலிருந்து வெவ்வேறு மலர்களும் மரங்களும் தோன்றுகின்றன. சிவபெருமானின் இதயத்திலிருந்து ஊமத்தைச் செடியும், காமதேவனின் உள்ளங்கையிலிருந்து கதம்ப மரமும் தோன்றியது. அதேபோன்று பிரம்மாவின் உடலிலிருந்து கெய்ர் மரமும், விஸ்வகர்மாவின் உடலிலிருந்து கதைய மரமும், குந்தலத மரம் பார்வதி தேவியின் உள்ளங்கையிலிருந்தும், விநாயகரின் வயிற்றி லிருந்து செந்தூர மரமும், யமதர்மராஜனின் வலது மற்றும் இடது அக்குளிலிருந்து முறையே பலா மரமும், குலார் மரமும் தோன்றின. ஆதிசேஷனிடமிருந்து சரப மரமும், வாசுகிப் பாம்பின் முதுகு மற்றும் வாலிலிருந்து கருப்பு மற்றும் வெள்ளை துருவப் புல்லும், பக்தனின் இதயத்திலிருந்து ஹரிச்சந்திரா மரமும் தோன்றின' என்று புலஸ்தியர் நாரத முனிவரிடம் கூறினார்.

நாரதருக்கு திடீரென்று ஒரு சந்தேகம் தோன்றியது.

4

மகிஷாசுரன் வதம்

நாரதர் தனது சந்தேகத்தை புலஸ்தி யரிடம் கேட்டார். 'எந்த நாட்களில் தேவர்கள் ஓய்வெடுப்பார்கள் மகரிஷி?'

புலஸ்தியர் மெல்லப் புன்னகை பூத்தார்.

'உத்தராயணத்தில் ஆடி மாதம் சுக்ல பட்ச ஏகாதசியில் பகவான் மகாவிஷ்ணு ஆதிசேஷனாகிய நாகப் படுக்கையில் சயனம்கொள்கிறார். உத்தராயணம் என்பது ஆஷாட மாதத்தின் (ஆடி மாதம்) பௌர்ணமி முடிந்தபின் தொடங்குகிறது. மறுநாள் துவாதசியன்று பிராமணர்களிடம் விடைபெற்று உறங்குகிறார். அவர் தூங்கச் சென்றவுடன் எல்லா தேவிகளும், தேவர்களும், கந்தர்வர் களும் தூங்கச் சென்றுவிடுவர்' என்று கூறிய புலஸ்தியர் மேலும் தொடர்ந்தார்.

'ஆடிமாத சுக்ல பட்சத்தின் 11ம் நாள் முக்கியமான நாள். அந்த நாளில்தான் சூரியன் ரிஷப ராசியில் நுழைகிறார். விஷ்ணு பகவான் ஓய்வு எடுக்கும் நாள் அது. திரயோதசியில் மன்மதன்

புஷ்ப சயனத்திலும், சதுர்த்தசியில் யட்சர்கள் சுவர்ணத் தாமரையிலும், பௌர்ணமியில் சிவபெருமான் புலித்தோல் மீதும், பிரம்மதேவன் பிரதமையன்று நீலோத்பலத்திலும், துவிதியையில் விசுவகர்மாவும், திருதியையில் பார்வதி தேவியும் உறங்குகின்றனர்.

சதுர்த்தியில் விநாயகரும், பஞ்சமியில் யமனும், சஷ்டியில் ஸ்கந்தனும், சப்தமியில் சூரியனும், அஷ்டமியில் காத்யாயனியும், நவமியில் லட்சுமியும், தசமியில் பாம்புகளும், ஏகாதசியில் சாத்யர்களும் (தேவர்கள்) உறங்குகின்றனர். இவ்வாறு கடவுளர்களும், தேவர்களும் உறங்கும் நாட்களாக குறிப்பிடப்பட்டுள்ளன. துவிதியை அன்று மகாவிஷ்ணுவை லட்சுமியுடன் தங்க கட்டிலில் படுக்க வைத்துப் பூஜை செய்வது அசூன்ய சயன த்விதீயா விரதமாகும். ஆச்வயுஜ அஷ்டமியில் உபவாச விரதம் இருந்து நவமியன்று சிவ ஆராதனை செய்வது காலாஷ்டமி விரதம் எனப்படும்' என்று விளக்கினார்.

பின்னர் அவரே தொடர்ந்து மகிஷாசுரன் வதம் பற்றி நாரதருக்குச் சொல்லத் தொடங்கினார்.

மகிஷாசுரன்

ஒரு சமயம் ரம்பன், கரம்பன் என்ற இரண்டு அசுரர்கள், மூன்று உலகத்திற்கும் பெருந்தீமை செய்து வந்தனர். இந்த இருவருக்கும் தங்களது காலத்திற்குப்பின் மூன்று உலகங்களையும் அடக்கி ஆள ஒரு வாரிசு இல்லையே என்ற கவலை எழுந்தது. எனவே கரம்பன் தண்ணீருக்கு அடியில் சென்று தவம் செய்து ஒரு வாரிசைப் பெற நினைத்தான். இதனை அறிந்துகொண்ட இந்திரன் முதலையாக உருமாறிச் சென்று கரம்பனைக் கொன்றுவிட்டான்.

இந்திரனால் தனது தம்பி வஞ்சமாக இறந்ததை அறிந்த ரம்பன், தேவேந்திரன் மேல் கடுங்கோபம் கொண்டான். இந்திரனை அழிக்கக் கூடிய ஒரு பிள்ளை வேண்டிக் கடும்தவம் செய்தான். நீண்ட நாள் தவம் செய்தும் ஒருவரும் காட்சி தராததால் அக்னி வளர்த்துத் தனது தலையை அறுத்து அதில் போட முடிவு செய்தான். வாளை எடுத்து அவன் தனது தலையை அறுத்துக்கொள்ள முனைந்தபோது அக்னி தேவன் அவன் முன் தோன்றி, 'ரம்பனே! உனது துணிச்சல் மெச்சத்தக்கது! வேண்டிய வரம் கேள்!' என்றான்.

'அக்னி தேவா! மூன்று உலகத்தையும் வெல்லக்கூடிய மகன் எனக்கு வேண்டும். மனிதர்கள், தேவர்கள், தெய்வங்கள் யாராலும் கொல்ல முடியாதவனாக அவன் இருக்கவேண்டும்!' என்று ரம்பன் அக்னி

தேவனை நோக்கி வேண்டினான். 'அப்படியே ஆகட்டும்' என்று கூறிவிட்டு அக்னி தேவன் மறைந்தான். சிலகாலம் கழித்து ரம்பன், குபேரன் வாழும் இடத்திற்குச் சென்றான். வழியில் யட்சிணிகள் வாழும் உலகில் ஓர் அழகான பெண் எருமையைக் கண்டான். அதன்மேல் மோகம் கொண்டு அந்த எருமையை மணம் செய்து கொண்டான்.

அசுரர் உலகத்திற்குத் தனது எருமை மனைவியுடன் ரம்பன் வந்தான். எருமையை மணந்துகொண்டு வந்ததால் அவனையும் அவனது எருமை மனைவியையும் அசுரர் உலகத்தில் யாரும் மதிக்கவில்லை. அதனால் வருத்தம் அடைந்த ரம்பன் தனது எருமை மனைவியை அழைத்துக்கொண்டு மீண்டும் யட்சிணி உலகத்திற்கே திரும்பினான். அங்கே அவர்கள் இருவரும் இன்பமாக வாழ்ந்துவந்தனர். அதன் விளைவாக அவர்களுக்கு ஓர் ஆண் குழந்தை பிறந்தது. அந்தக் குழந்தைக்கு 'மகிஷன்' என்று பெயரிட்டனர்.

சிலகாலத்திற்குப் பின் ரம்பனின் எருமை மனைவி, மற்றொரு எருமையுடன் சண்டை செய்ய நேரிட்டது. தன்னுடைய மனைவியைக் காப்பாற்றச் சென்ற ரம்பன் அந்த எருமையால் குத்திக் கொல்லப்பட்டான். ரம்பனை எரியூட்டியபோது அவனது எருமை மனைவியும் அதிலே விழுந்து இறந்தாள். அந்த நெருப்பிலிருந்து இரக்கவிஜா என்ற மிகக் கொடிய அசுரன் தோன்றினான்.

இரக்கவிஜா குழந்தையாக இருந்த மகிஷாசுரனைத் தனது பாதுகாவலில் வைத்து அவனைப் பெருவீரனாக வளர்த்துவந்தான். தக்க காலம் வந்ததும், மகிஷாசுரன் தனது வல்லமையை உலகெலாம் பறை சாற்றும்விதமாக முதலில் தேவலோகத்தின்மீது படையெடுத்துச் சென்றான். இந்திரன் முதலான தேவர்களுடன் போர் புரிந்து அவர்களை அங்கிருந்து விரட்டி தேவலோகத்தைக் கைப்பற்றினான். அவனை எதிர்க்க முடியாமல் தோற்று ஓடிய இந்திராதி தேவர்கள் பிரம்மலோகம் சென்று பிரம்மனிடம் முறையிட்டனர். அதற்கு பிரம்மன், 'உங்களைக் காப்பாற்ற என்னால் முடியாது. நாம் எல்லோரும் விஷ்ணுவிடம் சென்று முறையிடுவோம்' என்று அழைத்துச் சென்றார்.

காத்யாயனி தேவி

அங்கு மகாவிஷ்ணுவுடன் சிவபெருமானும் இருந்தார். தேவர்கள் மகாவிஷ்ணுவையும் மகாதேவனையும் சரணடைந்தனர். நடந்த வற்றை அறிந்த சிவனும் விஷ்ணுவும் கோபங்கொண்டனர். அவர்களது கோபத்திலிருந்து ஓர் ஒளிப் பிழம்பு தோன்றியது.

அது போல், பிரம்மன், இந்திரன் முதலான தேவர்களும் தங்களது சக்தியிலிருந்து ஓர் ஒளிப் பிழம்பைத் தோற்றுவித்தனர். இந்த ஒளிப் பிழம்புகள் ஒன்று சேர்ந்து காத்யாயன முனிவரின் ஆசிரமத்திற்குச் சென்று அவரது சக்தியிலிருந்து பிறந்த ஒளியுடன் கலந்தது. அப்படிக் கலந்த அனைத்து ஒளிப் பிழம்புகளும் ஒன்று திரண்டு கோடி சூரியப் பிரகாசமாக ஜோதி வடிவாகத் திரண்டு நிற்க, அதிலிருந்து காத்யாயனி என்னும் தேவி தோன்றினாள்.

சிவனுடைய ஆற்றல் அந்தப் பெண்ணின் முகமாகவும், விஷ்ணுவின் ஆற்றல் அவளது புஜங்களாகவும், யமனின் ஆற்றல் கேசமாகவும், சந்திரனுடைய ஆற்றல் மார்புகளாகவும், இந்திரனுடைய ஆற்றலால் அவளது இடையும், வருண காந்தியால் தொடைகளும், முழங்கால்களும் தோன்றின. பூமியின் ஆற்றலானது அவளது பிருஷ்ட பாகமாக மாறிற்று. பிரம்மாவின் ஆற்றல் பாதங்களாகவும், சூரிய ஆற்றல் கால்விரல்களாகவும், வசுக்களின் ஆற்றலால் கைவிரல்கள், குபேரனின் ஆற்றலால் மூக்கு, பிரஜாபதியின் ஆற்றலால் பல்வரிசைகள், அக்கினியின் ஆற்றலால் முக்கண்கள், சந்தியைகளின் ஆற்றலால் இரு புருவங்கள், வாயுவின் ஆற்றலால் காதுகள் உருப்பெற்று காத்யாயனி தேவி காட்சியளித்தாள்.

சிவபெருமான் திரிசூலத்தையும், மகாவிஷ்ணு சக்கரத்தையும், இந்திரன் வஜ்ராயுதத்தையும், எமன் தண்டாயுதத்தையும், அக்கினி சக்தியையும், வருணன் சங்கையும், வாயு வில்லையும், சூரியன் அம்புராத் தூணி மற்றும் அம்புகளையும், குபேரன் கதாயுதத்தையும், விஸ்வகர்மா கோடாரியையும் ஆயுதமாக காத்யாயனி தேவிக்குக் கொடுத்தனர். இமயமலை ஒரு சிங்கத்தை வாகனமாகக் கொடுத்தது. மற்ற தேவர்கள் காத்யாயனி தேவிக்கு ஆபரணங்களைக் கொடுத்தனர். சகல ஆயுதங்களையும் ஏற்றுக்கொண்டு தேவி போருக்கு ஆயத்தமானாள்.

மகிஷாசுரனைக் கொல்வதற்கு காத்யாயனி தேவி சிம்மத்தின்மீது ஏறி விந்திய மலைக்குச் சென்றாள். அந்த மலையிலிருந்த சண்டன், முண்டன் என்ற இரண்டு அரக்கர்கள் காத்யாயனி தேவியின் அழகில் மயங்கி, தங்கள் அரசனுக்கு ஏற்ற மனைவி இவள்தான் என்று முடிவு செய்து மகிஷாசுரனிடம் சென்று கூறினார். இதைக் கேட்ட மகிஷன் மதிமயங்கி, மாயையின் மகனாகிய துந்துபி தலைமையில் சண்டன், முண்டன், வித்லக்ஷா, கபிலா, வஷ்கலா, உக்ரயுதா, சிக்க்ஷீரா போன்ற அரக்கர்களை காத்யாயனி தேவியிடம் தூது அனுப்பினான்.

அவர்கள் காத்யாயனி தேவியிடம் வந்து, 'தேவி! எங்கள் அரசனான மகிஷாசுரன் மூன்று உலகத்தையும் அடிமைப்படுத்தியவன். அவனை

எதிர்ப்பதற்கு யாரும் இல்லை. நீயோ அழகில் சிறந்தவள். உனது அழகுக்கு ஏற்றவன் எங்கள் அரசன்தான். அவருக்கு ஏற்ற பட்டமகிஷி நீதான். எனவே எங்கள் அரசனை நீ மணந்துகொள்!' என்று கூறினார்கள்.

அதைக் கேட்ட காத்யாயனி, 'நீங்கள் சொல்வது அனைத்தும் எனக்குத் தெரியும். நான் உங்கள் அரசனை மணந்துகொள்ளத் தடையில்லை. ஆனால் எங்கள் குடும்ப வழக்கப்படி மணமகளுடன் போர் செய்து வெற்றி பெறுபவனுக்கே அவள் மாலையிடுவாள். எனவே, என்னை எவர் யுத்தத்தில் தோற்கடிக்கிறார்களோ அவருக்கே நான் மாலையிடு வேன்' என்று கூறினாள்.

இதைக் கேட்ட மகிஷாசுரன் காத்யாயனியுடன் யுத்தம் செய்ய, தனது படைகளுடன் புறப்பட்டுச் சென்றான். முதலில் தனது தளபதிகளை அனுப்பிவைத்தான். விசூரன் முதலிய அரக்கர் படைத்தளபதி களுடன் போர் செய்த காத்யாயனி விரைவிலேயே அவர்களை அழித்தாள். டமருகம் முதலிய வாத்தியங்களை வாசித்தாள். சக்தி கணங்கள் தாண்டவமாடின. காத்யாயனியால் தனது படைகள் அழிவதைக் கண்ட மகிஷாசுரன் கோபம் கொண்டு எருமை வடிவமெடுத்து தானே போருக்கு வந்தான். இருவரும் கடுமையாக போர் புரிந்தனர்.

முடிவில் காத்யாயனி தனது சிம்ம வாகனத்தை விட்டு கீழே இறங்கி அவனை காலால் உதைத்துக் கீழே தள்ளி சூலத்தால் குத்தினாள். அவனுள் இருந்து ஆயுதங்களுடன் தோன்றிய அசுரனை கத்தியால் வெட்டினாள். தேவர்கள் பூமாரி பொழிந்தனர். தேவர்கள் காத்யாயனி தேவியைப் போற்றித் துதித்தனர். 'தேவைப்படும்போது நீங்கள் வேண்டினால் நான் மீண்டும் வருவேன்!' என்று கூறி அருள்பாலித்து மறைந்தாள் தேவி.'

இவ்வாறு மகிஷாசுரனின் வதம் பற்றிச் சொல்லி முடித்ததும் நாரதர், புலஸ்திய முனிவரைப் பார்த்து, 'தேவையான பொழுது வருவேன் என்று கூறிய காத்யாயனி தேவி, மறுபடியும் வந்தாளா? எப்பொழுது வந்தாள்?' என்று கேட்டார். அதற்கு புலஸ்தியர் பதில் சொல்ல ஆரம்பித்தார்.

உமாதேவியின் தோற்றம்

மகிஷாசுரன் கொல்லப்பட்ட பிறகு, சிலகாலம் சென்று சும்பன், நிசும்பன் என்ற இரு அசுர சகோதரர்கள் அசுர்களுக்குத் தலைவனாக வந்தனர். எல்லா அசுரகளையும் போலவே அவர்களும் தவங்கள் பல செய்து எண்ணற்ற வரங்கள் பெற்று தேவலோகத்தின் மேல் போர்

தொடுத்தனர். இந்திரலோகத்திற்குச் சென்று இந்திரனை வென்று அவனையும் தேவர்களையும் விரட்டி அடித்தனர்.

இந்திரன் உள்ளிட்ட தேவர்கள் பதறியடித்து ஓடி வைகுண்டம் சென்று மகாவிஷ்ணுவிடம் தங்கள் நிலையைத் தெரிவித்தனர்.

அதைக் கேட்ட விஷ்ணு, 'அவர்களை நம்மால் வெல்ல முடியாதவாறு வரம் பெற்றுள்ளனர். எனவே நீங்கள் அனைவரும் குருக்ஷேத்திரம் சென்று அங்குள்ள பிருதுதாகா தீர்த்தத்தில் உங்கள் முன்னோர்களைக் குறித்து வேண்டுங்கள். அவர்களிடம் இருக்கும் மேனகா என்ற பெண்ணை இமவானுக்கு மணமுடித்து வையுங்கள். அவர்களுக்கு தட்சனது யாகத்தின்போது இறந்த தாட்சாயணி பர்வதராஜகுமாரியாகப் பிறப்பாள். தாட்சாயணியைப் பிரிந்த சிவபெருமான் தவம் செய்துகொண்டிருக்கிறார். அவர் பர்வதராஜகுமாரியை மணந்தவுடன் அவர்களுக்கு கார்த்திகேயன் என்ற குழந்தை தோன்றுவான். அவன் தேவர்களின் சேனாதிபதியாகச் சென்று அந்த அசுரர்களை அழிப்பான். எனவே நீங்கள் பூமியில் உள்ள குருக்ஷேத்திரம் சென்று தவம் செய்யுங்கள்' என்றார். தேவர்களும் அவ்வாறே கிளம்பிச் சென்றனர்.

குருக்ஷேத்திரம்

முன்னொரு காலத்தில் சந்திர வம்சத்தில் பிறந்த ரிக்ஷன் என்னும் அரசன் உலகை ஆண்டு வந்தான். அவனுக்கு ஸம்வரணன் என்ற மகன் பிறந்தான். அவன் வசிஷ்ட முனிவரை குருவாகக் கொண்டு அவரிடம் சகல சாத்திரங்களையும் அரசாட்சி செய்யும் நெறிமுறை களையும் கற்று அறிந்தான். ஒரு சமயம் ஸம்வரணன் வேட்டைக்குச் சென்றான். வைப்ரஜா என்ற வனப்பகுதிக்கு அவன் சென்றபோது அங்கு பல அப்ஸரஸ்கள் ஒன்றாகக்கூடி விளையாடிக் கொண்டிருந்தனர்.

அங்கிருந்த அப்ஸரஸ்களில் மிகவும் அழகாக இருந்த தப்தி என்ற அப்ரஸைக் கண்டு அவள்மீது காதல் கொண்டான். அவளும் ஸம்வரணனைக் கண்டு மதிமயங்கி நின்றாள். சில நொடிகளில் அப்ஸரஸ்கள் தேவலோகம் சென்று விட்டனர். ஆனால் ஸம்வரணன் அவளையே நினைத்து அரச காரியங்களை மறந்து காட்டில் அலைந்து திரிந்தான். நாட்கள் பல கடந்தும் அரசன் வராததைக் கண்ட வசிஷ்டர், தனது ஞானக்கண்ணால் நடந்தவற்றை அறிந்தார்.

தப்தி சூரியனின் மகள் என்பதை அறிந்த வசிஷ்டர் சூரியனிடம் சென்றார். முனிவரை வரவேற்ற சூரியன், அவர் வந்த காரணத்தைத் தெரிவிக்கும்படி வேண்டினான். அதற்கு வசிஷ்டர், 'எனது சீடனான ஸம்வரணன், உனது மகள் தப்தியை மணம் செய்துகொள்ள விரும்புகிறான். எனவே, உன்னிடம் பெண் கேட்டு வந்துள்ளேன்' என்று தெரிவித்தார். சூரியனும் மகிழ்ச்சியுடன் சம்மதித்தான். அனைவரின் ஆசியுடன் ஸம்வரனுக்கும் தப்திக்கும் திருமணம் சிறப்பாக நடந்தேறியது.

சிலகாலம் சென்று தம்பதிகளுக்கு ஓர் ஆண் குழந்தை பிறந்தது. அக்குழந்தைக்கு குரு என்று பெயரிட்டனர். அவன் வசிஷ்ட முனிவரிடம் கற்கவேண்டிய அனைத்தையும் தனது பத்து வயதுக்குள் கற்றுக் கொண்டுவிட்டான். தக்க வயது வந்தவுடன் குருவுக்கு சுதாமா என்னும் அரசனின் மகள் செளதாமினியைத் திருமணம் செய்து வைத்தனர். பின்னர் குரு அரச பதவியைப் பெற்று பல்லாண்டு காலம் நீதி தவறாது ஆட்சி செய்து வந்தான்.

ஒருமுறை குருவின் மனத்தில் ஓர் ஆழமான எண்ணம் தோன்றியது. உலகம் உள்ளவரை அழியாதிருக்குமாறு தனது பெயரை நிலைநாட்ட வேண்டும் என்ற முடிவுக்கு வந்தான். உலகம் எல்லாம் சுற்றி வந்து துவைத வனம் என்ற இடத்தை அடைந்தான். அங்கு பாவத்தைப் போக்கும் பல நதிகள் இருப்பதைக் கண்டான். உடனே தங்கத்தினால் செய்யப்பட்ட கலப்பையைப் பூட்டி நிலத்தை உழ ஆரம்பித்தான்.

அப்பொழுது அங்கு வந்த தேவேந்திரன் குருவை நோக்கி, 'எதற்காக இந்த இடத்தை உழுகிறாய்?' என்று கேட்டான். தவம், சத்தியம், பொறுமை, இரக்கம், தூய்மை, தானம், யோகம், பிரம்மச்சரியம் போன்ற நற்பண்புகளைப் பயிரிட தான் உழுவதாக குரு தெரிவித்தான். இதைக் கேட்டு வியந்த இந்திரன் அங்கிருந்து சென்றான். குரு தொடர்ந்து பூமியை உழுதுகொண்டிருந்தான்.

அப்போது மகாவிஷ்ணு அவன் எதிரில் தோன்றி, 'நிலத்தை ஏன் உழுகிறாய்?' என்று இந்திரன்போலவே கேட்டார். குருவும் இந்திரனிடம் தெரிவித்த அதே நற்பண்புகளை விஷ்ணுவிடமும் தெரிவித்தான். 'இதற்கு விதை எங்கே இருக்கின்றன?' என்று விஷ்ணு கேட்க, தன் கையிலிருப்பதாக குரு கூறினான். அதைக் காட்டு என்று பகவான் கேட்க, குரு தனது வலது கையை நீட்டினான்.

உடனே சக்ரபாணியாகிய பகவான் அவனது வலது கையை தனது சக்கரத்தினால் ஆயிரம் துண்டுகளாக வெட்டி, உழப்பட்ட அந்த வயலில் விதைத்துக்கொண்டே வந்தார். பின்னர் குரு தனது இடது

கையைக் காட்ட, மாதவன் அதையும் அறுத்து வயலில் விதைத்தார். அவ்வாறே, அவனது இரண்டு தொடைகளையும் வெட்டக் கொடுத்து, இறுதியில் தனது தலையைக் கொடுத்தான் குரு. மகாவிஷ்ணு அவனைத் தடுத்து, 'உனக்கு என்ன வரம் வேண்டும்?' என்று கேட்டார்.

அதற்கு குரு, 'நான் உழுத இந்த இடம் புண்ணிய பூமியாக விளங்க வேண்டும்' என்று வேண்டிக்கொண்டான். விஷ்ணுவும், 'அப்படியே ஆகட்டும், இன்று முதல் இந்த இடம் குருக்ஷேத்திரம் என்று அழைக்கப்படும். இங்கு செய்யப்படும் கர்மாக்கள் சிறந்த பலனை அளிக்கும். உலகம் உள்ளவரை உன் புகழ் அழியாதிருக்கும்!' என்று ஆசீர்வதித்தார்.

இந்த க்ஷேத்திரத்தைக் காக்க யட்சன், வாசுகி, சங்குகர்ணன் போன்றவர்களை மகாவிஷ்ணு நியமித்தார். இந்த குருக்ஷேத்திரத்தின் அருகில் 'பிருதுதாகா' என்னும் நதி ஓடுகிறது. இந்தப் புனிதமான குருக்ஷேத்திரத்தில்தான் லோமஹர்ஷன முனிவர் மற்ற முனிவர்களுக்கு வாமன புராணத்தை எடுத்துரைத்தார்.

5

வாமனாவதாரம்

பிரகலாதனின் மகன் விரோசனன். அவனது புதல்வன் பலி. பிரகலாதனின் உபதேசத்தினால் பலி தேவ தர்மத்தைக் கடைப்பிடித்து வந்தான். தான தர்மங்களைத் தவறாமல் செய்வான். இதைக் கண்ட மயன், சம்பரன் முதலிய அசுரர்களும் தர்ம காரியங்களில் ஈடுபட்டனர். ராட்சச குலத்தில் பாபம் செய்பவர் யாருமில்லை என்ற நிலை உருவானது. அதனால் தர்மம் தழைத்து ஓங்கியது. பலி நேர்மையையும், சத்தியத்தையும் தனது இரு கண்களாகக் கொண்டு மூன்று உலகங்களையும் ஆண்டுவந்தான்.

லட்சுமி தேவி அவன் முன் தோன்றி, 'உனது அரசாட்சியைக் கண்டு மகிழ்ந் தேன். நீ மேற்கொள்ளும் தர்மங்களால் பெருமகிழ்ச்சி அடைந்தேன். எனவே, இந்திர உலகத்தை விட்டு இங்கு வசிப்பேன்' என்று கூறி மறைந்தாள். பலியின் அரசாட்சியால் இந்திரன் பதவி இழந்தான். இதனால் வருத்தமடைந்த தேவேந்திரன், தேவர்களை அழைத்துக் கொண்டு மேரு மலைக்குச் சென்றான்.

அங்கு வசித்து வரும் தனது பெற்றோர்களான காசியப முனிவர், அதிதி ஆகிய இருவரையும் சந்தித்து தனது பதவி பறிபோனதைத் தெரிவித்து அவர்களின் ஆலோசனையைக் கேட்டான்.

இந்திரனின் தவம்

அதற்கு காசியப முனிவர், 'நேர்மையுடன் நடக்கும் பலியை ஒன்றும் செய்ய முடியாது. பிரம்மலோகம் சென்று பிரம்மதேவரிடம் ஆலோசனை கேளுங்கள்' என்று தெரிவித்தார். இந்திரன் அசுர்களால் தோற்று பிரம்மலோகத்திற்குச் சென்று தன் சோகக் கதையைச் சொன்னான். பிரம்மா இந்திரனிடம், 'அவன் செய்த பாவங்களுக்கான பலனை அவன் அனுபவிக்கிறான். திதியினுடைய குழந்தையைக் கருவிலேயே வெட்டியதன் விளைவினால் அவனுக்குத் துன்பங்கள் நேர்ந்திருக்கின்றன' என்றார். தான் எவ்வாறு இந்தப் பாவங்களி லிருந்து விடுபடுவது என்று பிரம்மாவைக் கேட்டான் இந்திரன். 'ஸ்ரீஹரியிடம் சென்று முறையிடு' என்று சொன்னார் பிரம்மா.

இந்திரன் கலிங்க மலைக்கு வடக்கே சென்று, மகா நதியின் கரையில் ஒரு குடிலை அமைத்துக்கொண்டு ஓர் ஆண்டு தவம் செய்தான். அவன் பக்தியை கண்டு மகிழ்ந்து விஷ்ணு அவன்முன் தோன்றினார். 'உன் தவத்தினால் நீ கருவிலே இருந்த குழந்தையைக் கொன்ற பாவத்தி லிருந்து விடுபட்டாய். உனக்கு மீண்டும் உன் அரசு கிடைத்துவிடும்' என்று கூறி மகாவிஷ்ணு மறைந்தார். அதற்குப் பின் இந்திரன் அதிதியின் குடிலுக்குச் சென்றான். தான் அசுர்களிடம் தோற்றதைக் கூறினான்.

போரில் இந்திரன் பக்கம் விஷ்ணு இல்லாததால்தான் இந்திரன் தோற்றுப் போனான் என்று அறிவாள் அதிதி. எனவே அவள் விஷ்ணுவிடம் சென்று அவரை பக்தியுடன் வழிபட்டாள். கூடிய விரைவில் இந்திரன் அரசை ஏற்று அசுர்களை வெல்வான் என்று மகாவிஷ்ணு கூறினார். மேலும் 'நான் காசியபருக்கும் உனக்கும் மகனாகப் பிறந்து உங்கள் துயர் தீர்ப்பேன்' என்று திருவாய் மலந்தருளினார். பின்னர் அச்சுதன் அதிதியின் வயிற்றில் கருவாகத் தோன்றினார். அதனால் பூமி அதிர்ந்தது. மலைகள் அசைந்தன. கடல் பொங்கியது. அதே சமயம் பலி சக்கரவர்த்தியின் நாட்டில் பல தீய சகுனங்கள் தோன்றின.

பலி சக்கரவர்த்தி விஷ்ணுவை நிந்தித்தல்

இதைக் கண்ட பலி சக்கரவர்த்தி தனது பாட்டனாகிய பிரகலாதனிடம் சென்று இதற்கான காரணத்தைக் கேட்டான். அதற்கு பிரகலாதன்,

'நாராயணன் அதிதியின் வயிற்றில் மகனாகப் பிறக்கப் போகிறார். அவர் வாமன வடிவத்துடன் வந்து உன்னிடம் உள்ள சுவர்க்கத்தை இந்திரனுக்கு அளிக்கப் போகிறார்!' என்று தெரிவித்தார். இதைக் கேட்ட பலி கடுங்கோபம் கொண்டு, 'தைத்ய குலத்தை அழிக்க நினைக்கும் அந்த தாமோதரனைக் கொல்ல எனது சேனாதிபதிகளை அனுப்புகிறேன்!' என்றான்.

இதைக் கேட்ட சிறந்த விஷ்ணு பக்தனாகிய பிரகலாதன் மனம் நொந்தார். பகவானை நிந்தித்த பலியிடம் சினம் கொண்டார். 'நீ உனது ராஜ்யத்தை இழப்பாய்!' என்று பிரகலாதன் சாபமிட்டார். இதைக் கண்டு வருந்திய பலி, பிரகலாதனைப் பணிந்து தன்னை மன்னிக்கும்படி வேண்டினான். அவரும், 'எல்லாம் வினையின்படி நடக்கும். ராஜ்யத்தின்மீது ஆசை வைக்காதே. உனது கர்வத்தை அடக்க அவதரிக்கும் விஷ்ணுவைச் சரணடை!' என்று கூறி தீர்த்த யாத்திரைக்கு புறப்பட்டுச் சென்றார்.

பத்து மாதங்கள் கழித்து அதிதி மகனாக வாமனரைப் பெற்றெடுத்தாள். தேவர்கள் மலர்மாரி பொழிந்தனர். தேவ துந்துபிகள் முழங்கின. மந்த மாருதம் வீசியது. எங்கும் வாழ்த்தொலிகளும் சந்தோஷமும் நிலவியது. காசியப முனிவர் தனது மைந்தனுக்கு வேதம் சம்பந்த மான சடங்குகளைச் செய்து வைத்தார். குழந்தைக்கு உபநயனம் செய்யப்பட்டது.

வாமனருக்கு பிரம்மதேவன் மான்தோலைப் பரிசாக அளித்தார். தேவகுருவான பிரகஸ்பதி பூணூலையும், மரீசி தண்டத்தையும் தங்களது பரிசாக அளித்தனர். தர்ப்பையையும், கமண்டலத்தையும் முறையே ஆங்கிரச முனிவரும் வசிஷ்ட முனிவரும் தத்தமது பரிசாகக் கொடுத்தனர். புலஹர் ஆசனத்தைப் பரிசளித்தார். பரத்வாஜ முனிவர் வேதங்களையும், சாஸ்திரங்களையும் கற்று கொடுத்து, பின்னர் பிரம்மோபதேசம் செய்து வைத்தார். தேவர்கள் பல பொருள்களை அவருக்கு அளித்தனர். வேத சாஸ்திரங்கள் வாமனரைப் போற்றித் துதித்தன.

அச்சமயம் பலி சக்கரவர்த்தி ஒரு பெரிய யாகம் ஒன்றுக்கு ஏற்பாடு செய்தான். அந்த யாகத்தின்போது, யார் வந்து வரம் கேட்டாலும் வழங்கப்படும் என்றும் அறிவித்தான். தேவகுரு பிரகஸ்பதி வழிகாட்டியபடி முன்னே செல்ல, பலி நடத்தும் அந்த யாகத்துக்கு வாமனர் கிளம்பினார். அச்சமயம் பூமி அதிர்ந்தது. கடலில் அலைகள் மிக உயரத்தில் எழுந்தன. அதனால் கலக்கமடைந்த பலி தனது குலகுருவான சுக்ராச்சாரியரிடம் சென்று இதற்கான காரணத்தைக் கேட்டான். அவர் வாமனரின் வருகையை அவனுக்குத் தெரிவித்தார்.

அதைக் கேட்ட அசுரச் சக்கரவர்த்தி மகிழ்ச்சி அடைந்தான். இதைக் கண்ட சுக்ராச்சாரியார், 'பலி! வாமனர் உனது யாகசாலைக்கு வந்து கொண்டிருக்கிறார். இந்திரனுக்கு மீண்டும் பதவியை அளிக்கவே அவர் இங்கு வருகிறார். ஆதலால் அவரை வரவேற்று மரியாதை செய்து அனுப்பிவிடு. அவர் கேட்கும் எந்த ஓர் அற்பப் பொருளையும் தருகிறேன் என்று வாக்குக் கொடுத்து விடாதே!' என்று எச்சரித்தார்.

'குருதேவா! சாமானியர் கேட்கும் பொருளையே நான் இல்லை என்று சொல்வதில்லை. அப்படியிருக்கையில், யாகம், விரதம், போன்றவற்றால் யாரைக் காண முனிவர்கள் தவம் செய்து கொண்டிருக்கிறார்களோ, சகல ஜீவராசிகளுக்கும் யார் படி அளக்கிறாரோ, அந்தப் புருஷோத்தமன் வந்து என்னிடம் யாசித்தால் நான் எப்படி இல்லையென்று சொல்ல முடியும்? என் உயிரையும் கொடுப்பேனே தவிர, இல்லையென்று சொல்ல மாட்டேன். அவர் கேட்கின்ற பொருளைக் காட்டிலும் நான் விரும்பக்கூடிய பொருள் ஒன்றும் இந்த உலகில் இல்லை. என்னிடம் அந்தப் பரம்பொருளே வந்து தானம் கேட்பதால் நான் புண்ணியம் செய்தவன்தான்! ஒரு வேளை அவர் என்னைக் கொன்றாலும் எனக்குக் கவலையில்லை!' என்றான் பலி.

கோஷ்கர புத்திரன் கதை

இதைக் கேட்ட சுக்கிராச்சாரியார், பலியிடம் 'கடந்த கர்மவினை களின் பயனால் ஒருவரின் எண்ணம், செயல், சொல் இம்மூன்றும் அமைகிறது. மலாய் மலையில் கோஷ்கரனுக்கு ஏற்பட்ட நிலை உனக்கு நினைவு இல்லையா?' என்று கேட்டு பின்வரும் கதையைக் கூறினார்.

முன்னொரு காலத்தில் முத்கல முனிவருக்கு ஒரு மகன் பிறந்தான். அவன் பெயர் கோஷ்கரன். இவன் வாத்ஸ்யாய முனிவரின் மகளான தர்மிஷ்டை என்பவளை மணந்தான். இவர்களுக்குப் பிறந்த குழந்தை அழவுமில்லை, அசைவுமில்லை. எந்தவித அசைவும் இல்லாமலிருந்தது. ஆறு நாட்கள் சென்றும் குழந்தை அப்படியே இருந்தால், இப்படி ஒரு குழந்தை இருப்பதைவிட இல்லாமலிருப்பதே மேல் என்று அந்தக் குழந்தையை வாசலில் எறிந்துவிட்டார்கள்.

அப்போது அங்கு வந்த சூர்பாட்சி என்னும் ராட்சஸி அந்தக் குழந்தையை எடுத்துக்கொண்டு, ஒரு ராட்சஸக் குழந்தையை அங்கு வைத்துவிட்டு சாலோதரம் என்னும் இடத்தில் உள்ள தனது

இருப்பிடத்திற்குச் சென்றாள். அங்கு தனது கணவனான கடோதரன் என்பவனிடம் குழந்தையைக் கொடுத்து இருவரும் இதை உண்ணலாம் என்று கூறினாள். கடோதரன் கண்பார்வை இல்லாதவனாதலால் குழந்தையைக் கையால் தொட்டுப் பார்த்தான். 'இது ஓர் ஞானியின் குழந்தையாதலால் இது நம்மைச் சபித்துவிடும். எனவே வேறு ஒரு குழந்தையைக் கொண்டு வா!' என்று தனது மனைவியிடம் கூறினான்.

இதற்கிடையே கோஷ்கரனின் வீட்டு வாசலில் ராட்சசி போட்டு விட்டுப் போன ராட்சசக் குழந்தை அழுதது. குழந்தையின் அழுகுரலைக் கேட்ட தர்மிஷ்டை வெளியில் வந்தாள். அங்கு ராட்சச குழந்தை இருப்பதைக் கண்டு உள்ளே விரைந்து சென்று தனது கணவனிடம் தெரிவித்தாள். கோஷ்கரன் குழந்தையின் அருகே வந்து அதைச் சுற்றி தர்ப்பையால் ஒரு கோடு போட்டு மந்திரம் ஜபித்தார். அப்பொழுது ராட்சசி தான் எடுத்துச் சென்ற பிராமணக் குழந்தையைக் கொண்டுவந்து அங்கு வைத்துவிட்டு தனது குழந்தையை எடுக்க முயன்றாள். குழந்தையைச் சுற்றி மந்திரம் ஜபம் செய்யப்பட்டிருந்ததால் அவளால் ராட்சசக் குழந்தையை எடுக்க முடியவில்லை. அதனால் குழந்தையை அங்கேயே விட்டுவிட்டுச் சென்று விட்டாள்.

கோஷ்கரனும் தர்மிஷ்டையும் இரண்டு குழந்தைகளையும் எடுத்து தனது மகனுக்கு நிசாகரன் என்றும் ராட்சசக் குழந்தைக்கு திவாகரன் என்றும் பெயரிட்டு வளர்த்து வந்தனர். அவர்களின் ஏழாவது வயதில் உபநயனம் செய்து, வேதமும் ஓதி வைத்தார் கோஷ்கரன். அப்பொழுதும் நிசாகரன் வாயைத் திறந்து பேசவில்லை. இதைக் கண்டு வருந்திய கோஷ்கரன் அவனை ஓர் கிணற்றில் தள்ளி பாறையால் மூடினார். அருகில் உள்ள ஒரு நெல்லி மரத்திலிருந்து கனிகள் கிணற்றுக்குள் விழுந்தன. அதை உண்டு நிசாகரன் உயிர் வாழ்ந்தான்.

பத்து ஆண்டுகள் கழித்து ஒருநாள் அந்தக் கிணற்றின் அருகே வந்த தர்மிஷ்டை, 'யார் இந்தக் கிணற்றை மூடினார்கள்?' என்று தனக்குத் தானே கேட்டுக்கொண்டாள். 'அன்னையே! தந்தைதான் இந்தக் கிணற்றை மூடினார்!' என்று கிணற்றுக்குள்ளிருந்து குரல் கேட்டது. இதைக் கேட்ட தர்மிஷ்டை, 'எனது மகனால்தான் பேச முடியாதே, என்னை அன்னை என்று அழைக்கும் நீ யார்?' என்று கேட்டாள். அதற்கு அவன், 'நான்தான் உங்கள் மகன் நிசாகரன்!' என்று பதில் சொன்னான்.

தர்மிஷ்டை மிகவும் மகிழ்ச்சி அடைந்து அவனைத் தனது கணவரிடம் அழைத்துச் சென்றாள். 'இதுவரை பேசமுடியாமலிருந்து இப்போது

எவ்வாறு பேசுகிறாய்?' என்று நிசாகரனை அவனது பெற்றோர் கேட்டனர். அதற்கு அவன், 'நான் முற்பிறவியில் விருஷாகபி என்னும் தேவனுக்கும் மாலா என்பவளுக்கும் பிறந்தேன். எல்லா வித்தைகளையும் நான் கற்றுணர்ந்தேன். அதனால் எனக்கு வித்யா கர்வம் உண்டானது. கற்ற வித்தைகளை மறந்து ஆசாரங்களைத் துறந்தேன். பிறர் மனைவிகளை வசியம் செய்தேன். பிறர் பொருள்களைக் களவாடினேன். எனக்கு துர்மரணம் நேர்ந்தது. ரௌரவம் முதலான நரகங்களில் அல்லல்பட்டேன்.

அடுத்த பிறவியில் நான் ஒரு புலியாகப் பிறந்தேன். என்னை ஓர் அரசன் பிடித்து கூண்டில் அடைத்தான். நான் அவனுக்கு அடிமையானேன். ஒருநாள் அரசன் அரசியுடன் என்னைக் காண வந்தான். அரசியைக் கண்டவுடன் எனக்கு காமம் உண்டானது. அதனால் அவளை அனுபவிக்க எண்ணி, அவள்மேல் பாய்ந்தேன். அரசனுடன் வந்த காவலாளிகள் என்னைக் கொன்றனர். பிற மாதர்களை விரும்பிய பாபத்தால் பல்லாயிரம் ஆண்டுகள் நரக வேதனையை நான் பெற்றேன்.

பின்னர் நான் ஒரு கழுதையாகப் பிறந்தேன். என் எஜமானர் அக்னிவேஷியர் என்னும் பிராமணர் என்னை வளர்த்துவந்தார். ஒருநாள் அவரது மனைவி சுமதி அவளது தந்தை வீட்டிற்குச் செல்ல நினைத்தாள். அதனால் எஜமானர் என் மேல் அவரது மனைவியை ஏற்றி, துணைக்கு ஓர் உதவியாளனையும் அனுப்பிவைத்தார். வழியிலிருந்த நதியில் எஜமானி குளிக்க ஆசைப்பட்டாள். அவள் குளிக்கும் அழகில் மயங்கிய நான் அவள்மீது பாய்ந்தேன். இதைக் கண்ட அவளது உதவியாளன் என்னைத் தடியால் அடித்துக் கொன்றான். மறுபடியும் பல நரகங்களை அனுபவித்தேன்.

அடுத்த பிறவியில் ஒரு கிளியாகப் பிறந்தேன். ஒரு வேட்டைக்காரன் என்னைப் பிடித்து ஒரு வியாபாரியிடம் விற்றுவிட்டான். வியாபாரியின் மகளான சந்திராவளி என்னை ஒரு கூண்டில் அடைத்து அன்போடு வளர்த்துவந்தாள். ஒரு சமயம் அந்தக் கன்னிகை தனது தோளின்மீது என்னை வைத்து விளையாடிக்கொண்டிருந்த போது நான் அவளது அழகிய மார்பின்மீது கொத்தினேன். வலியால் துடித்த அவள், என்னை அடிக்க முயன்றாள். நான் அங்கிருந்து பறந்து சென்றேன். ஆனால் ஓர் குரங்கு என்னைப் பிடித்துக் கொன்று விட்டது. மீண்டும் யமலோகம் சென்ற நான் மறுபடியும் பல துன்பங்களை அனுபவித்தேன்.

மறுபிறவியில் ஒரு சண்டாளனது வீட்டில் காளையாகப் பிறந்தேன். ஒருநாள் அந்தச் சண்டாளனின் மனைவி என்மீது ஏறி உட்கார்ந்து

கொண்டு பாடல் ஒன்றைப் பாடிக்கொண்டிருந்தாள். அவள்மீது இச்சை கொண்ட நான் அவளைக் கீழே தள்ளி எனது ஆசையை நிறைவேற்றிக்கொள்ள விரைந்தேன். அச்சமயம் அங்கு வந்த சண்டாளன் என்னைக் கொன்றுவிட்டான். மறுபடியும் நரகத்தில் வீழ்ந்து இப்பிறவியில் உங்களுக்குப் புத்திரனாகப் பிறந்தேன். எனது முந்தைய பிறவிகள் எல்லாம் நினைவுக்கு வந்தன.

எனது தாய், தந்தை என்று ஆசை கொள்வதும், இல்லறத்தில் ஈடுபடுவதும் என்னை துன்பக்கடலில் கொண்டு விட்டுவிடும் என்று வாய் திறவாமல் இருந்தேன். நெல்லிக்கனியை மட்டும் உண்டு பத்தாண்டுகள் இந்தப் பாழுங்கிணற்றில் தவம் செய்து வந்தேன். இனி என்னை காமம் அணுகாதென்று பெரியவர்கள் ஆசீர்வதித்தனர். எனவே அடுத்ததாக பேரின்பத்தைப் பெறுவதற்கு எனக்கு ஆசை ஏற்பட்டது. நீங்கள் திவாகரனைக் கொண்டு புத்திர இன்பத்தைப் பெறுங்கள். பெற்றவர்களின் மனத்தைக் குளிரவைப்பதைவிட சிறந்த தவமில்லை. இத்தனை பிறவிகள் எடுத்தும் காமவலையில் சிக்கியதால் ஏற்பட்ட துன்பம் போதும். அதனால் நான் பத்ரிகாசிரமம் செல்கிறேன். எனக்கு விடை கொடுங்கள்!' என்று நிசாகரன் தனது பெற்றோரிடம் வேண்டினான். அவர்களும் அவனை வாழ்த்தி விடைகொடுத்து அனுப்பி வைத்தனர். நிசாகரன் பத்ரிகாசிரமம் சென்று தவம் செய்தான்.

சுக்ராச்சாரியார் இந்தக் கதையை பலியிடம் கூறி, 'முற்பிறப்பு பாவங்களின் விளைவுதான் ஒருவனின் பண்புகளை நிர்ணயிக்கிறது!' என்றார். ஒவ்வொருவருக்கும் உள்ள நல்ல பண்புகளும் கெட்ட பண்புகளும் இதன் விளைவுதான் என்று சுக்கிராச்சாரியார் கூறினார். 'எனது தவம், தயாள குணம், நன்னெறி, அன்பு முதலிய பண்புகள் முன் ஜென்ம வினைதான். நான் அவற்றைத் தவறாது கடைப்பிடிக்க விரும்புகிறேன்' என்றான் பலி.

எந்த உறுதி மொழியும் வாமனனிடம் தரக்கூடாது என்று பலியை மீண்டும் எச்சரித்தார் சுக்கிராச்சாரியார். 'குருநாதரே! வாமன பகவான் கேட்பதை அளிக்காமல் என்னால் இருக்க முடியாது. என் இரக்கப் பண்புக்கு என்ன பங்கம் வந்தாலும் நான் கவலைப்பட மாட்டேன். இதனால் தேவர்களுக்குப் பயன் கிடைக்குமென்றால் அதை நான் அளிப்பேன். பகவான் திருக்கைகளால் மடிவதென்றாலும் மகிழ்ச்சியாக ஏற்றுக்கொள்வேன். என்னவாயினும் என் அறப்பண்பினை இழக்க மாட்டேன்!' என்று பலி பதிலுரைத்தான்.

சிறிது நேரத்தில் வாமனர் யாக சாலைக்கு வந்தார். வசிஷ்டர் முதலான முனிவர்கள் அவரை வரவேற்றனர். அனைவரும் அவரைப் போற்றித்

துதித்தனர். பலியும் அவரை வரவேற்று தகுந்த ஆசனத்தில் அமர்த்தி வணங்கி நின்றான். 'தாங்கள் இந்த யாகசாலைக்கு எழுந்தருளியது எங்களது பாக்கியம். தங்களுக்கு என்ன வேண்டுமோ, கேளுங்கள். என்னால் தரமுடிந்ததை நான் தங்களுக்கு அளிக்கச் சித்தமாக இருக்கிறேன்!' என்று பலிச் சக்கரவர்த்தி பணிந்து நின்றான்.

அதற்கு வாமனர், 'எனக்குக் கலைகளைக் கற்றுக் கொடுத்த எனது குருவுக்கு தட்சணை கொடுக்கவேண்டும். அதற்காக எனது கால்களால் மூன்று அடி மண் வேண்டும்!' என்று கேட்டார். இதைக் கேட்ட பலி வியப்படைந்தான். 'பகவானே! வேறு ஏதேனும் பெரிய பொருளாகக் கேட்கக் கூடாதா? வெறும் மூன்று அடி மண்தான் வேண்டுமா?' என்று கேட்ட பலியிடம் வாமனர், 'இதுவே போதும்!' என்றார். இதைக் கேட்ட பலி, 'பகவான் கேட்டபடியே தருகிறேன். எங்கு மூன்றடி வேண்டுமோ எடுத்துக்கொள்ளுங்கள்!' என்று வாமனரின் கையில் தீர்த்தத்தை விட்டு தாரை வார்ப்பதற்காக கமண்டலத்தை எடுத்தான்.

வாமனர் மூன்று அடி மண் மட்டுமே வேண்டும் என்று கேட்பதில் ஏதோ சூழ்ச்சி இருக்கவேண்டும் என்று கருதிய சுக்ராச்சாரியார், நன்றாக யோசித்து வரத்தை அளிக்கும்படி பலியை எச்சரித்தார். ஆனால் பலி அவரது எச்சரிக்கையைப் பொருட்படுத்தவில்லை. அதனால் வரம் கொடுப்பதை எப்படியாவது தடுத்து நிறுத்திவிட வேண்டும் என்று எண்ணிய அசுரகுரு சுக்ராச்சாரியார், வண்டு உருவம் எடுத்து நீர் வைத்திருந்த கமண்டலத்தினுள் புகுந்து அதன் சிறிய வாய்ப்பகுதியில் தண்ணீர் வெளிப்படாமல் மூடிக்கொண்டார்.

கமண்டலத்தில் உள்ள நீர் வெளியே வராததால், பலி திகைக்க, வாமனர் சிறிய புன்னகையுடன் கமண்டலத்தின் வாய்ப்பகுதிக்குள் ஒரு குச்சியால் குத்தினார். அந்தக் குச்சி, கமண்டலத்தின் உள்ளே அமர்ந்திருந்த சுக்ராச்சாரியாரின் ஒரு கண்ணைக் குத்தியது. அன்று முதல் அவருக்கு ஒரு கண்ணில் பார்வை போய்விட்டது. கண்ணில் காயம் ஏற்பட்டதால் சுக்ராச்சாரியார் கமண்டலத்தில் இருந்து வெளியில் வந்துவிட்டார்.

பலிச் சக்கரவர்த்தி கமண்டலத்தில் உள்ள நீரை தாரை வார்த்த அக்கணமே வாமனர் மிகப்பெரிய உருவெடுத்து விண்ணுலகம் வரை உயர்ந்து நின்றார். சூர்ய, சந்திரர்கள் அவரது கண்களாகவும், சூரியனது கிரணங்கள் அவரது கேசமாகவும் தோன்றின. தேவர்கள் முழங்கால் களாகவும், அசுவினி தேவர்கள் காதுகளாகவும், சரஸ்வதி நாக்கிலும் தோன்றினார்கள். பூமிதேவி பாதமாகவும், தேவர்கள் மற்ற பல அவயங்களாகவும் காட்சி அளித்தார்கள்.

வாமனர் தனது ஒரு அடியால் மண்ணுலகையும், மற்றொரு அடியால் விண்ணுலகையும் அளந்தார். மூன்றாவது அடியை எங்கு வைத்து அளப்பது என்று வாமனர் பலியிடம் கேட்டார். அதற்கு பலி, 'அந்த மூன்றாவது அடியை பகவான் என் சிரசின்மீது வைத்து அருள்புரிய வேண்டும்!' என்று வேண்டிக்கொண்டான். அதன்படியே பகவான் தனது மூன்றாவது அடியை பலியின் தலைமேல் வைத்தார்.

'பலி சக்கரவர்த்தியே, நீ எனக்குத் தானம் அளித்ததால் பாதாள லோகம் சென்று ஒரு கல்பம் வரை வாழ்ந்து வருவாய். ஸாவர்ணிக மன்வந்திரத்தில் நீ இந்திரனாக இருப்பாய். தேவர்கள், பிராமணர் களிடம் பகைமை கொள்ளாதவரை உனக்கு எந்தத் துன்பமும் நேராது!' என்று வாமனர் பலியிடம் தெரிவித்தார். 'அவ்வளவு காலம் வாழ்ந்தால் நான் உணவுக்கு என்ன செய்வது?' என்று பலி கேட்டான்.

அதற்கு பகவான், 'விதிப்படிச் செய்யாத தானமும், சிரோத்திரியன் இல்லாத சிரார்த்தமும், சிரத்தையில்லாமல் செய்கின்ற ஹோமமும், தட்சணை கொடுக்காமல் செய்யப்படும் யாகமும், தீர்த்தம் இல்லாமல் செய்யப்படுகின்ற பூஜையும் உனக்கு உணவாகும்!' என்றார். வாமனர் தேவேந்திரனுக்கு மீண்டும் இந்திர பதவி அளித்து, 'ஆடி மாதம் சுக்லபட்ச ஏகாதசி அன்று விரதமிருந்து துவாதசி அன்று என்னைப் பூஜிப்பவர்கள் வைகுண்டம் செல்வர்!' என்று அருளி மறைந்தார்.

இவ்வாறாக வாமன அவதாரச் சரிதத்தைக் கூறி முடித்த புலஸ்தியரிடம், 'வாமன பகவான் பின் யாகம் நடந்த இடத்தை விட்டு எங்கே சென்றார்?' என்று கேட்டார் நாரதர்.

அதற்கு புலஸ்தியர், 'விஷ்ணு பகவான் கருடன் மீது ஏறி பிரம்ம லோகத்திற்குச் சென்றார். பிரம்மா அவரை வணங்கி வரவேற்று அவரது திடீர் விஜயம் பற்றிக் கேட்டார். தேவர்களின் நலனுக்காக பலியை பாதாளலோகத்திற்கு அனுப்பி வைத்துவிட்டதாகவும், அதனால் யாகத்தில் தேவர்களுக்குப் பங்கும் கிடைக்கும் என்றும் விஷ்ணு கூறினார். பிரம்மா தனக்கு அவரது விஸ்வரூபத்தைக் காட்டி அருளுமாறு வேண்டினார். அவ்வாறே விஷ்ணுவும் காட்டி அருள, பிரம்மாவும் மகிழ்ந்து வணங்கி அவரை அங்கேயே சிலகாலம் தங்குமாறு வேண்டினார். அவரும் அதை ஏற்று அங்கேயே தங்கினார்.

பாதாள லோகத்தில் பலியின் வாழ்க்கை

பாதாள லோகத்திற்குச் சென்ற பலி, வைரங்கள் மற்றும் விலையுயர்ந்த கற்கள் பதிக்கப்பட்ட ஒரு அழகிய நகரத்தை உருவாக்கினான். விஸ்வகர்மாவின் உதவியினால் நகரத்தின் நடுவில்

ஒரு பிரம்மாண்டமான பீடத்தை அமைத்தான். பலியின் அரண்மனையின் ஜன்னல்கள், முத்துக்கள் பதிக்கப்பட்டவையாக இருந்தன. எல்லா இன்பங்களையும் அனுபவித்துக்கொண்டு ஆடம்பரமாக வாழ்ந்துவந்தான் பலி.

ஒருநாள் அசுரர்கள் இன்பங்களை அனுபவித்துக்கொண்டிருக்கும் போது திடீரென்று சுதர்சனச் சக்கரம் அரண்மனைக்குள் நுழைந்து அசுரர்களின் பிரகாசத்தை மங்கச் செய்துவிட்டு விஷ்ணுவிடம் திரும்பிச் சென்று விட்டது. பலி மனம் கலங்கிப்போய் இதற்கான காரணத்தைத் தன் தாத்தாவிடம் கேட்கவேண்டும் என்று எண்ணி, தன் தாத்தா பிரகலாதனை நினைக்க, அவரும் பலியின் முன் தோன்றினார். தான் எது செய்தால் நன்மை பயக்கும் என்று கேட்டான் பலி.

பலியின் மன மாற்றத்தைக் கண்ட பிரகலாதன் சொன்னார்: 'இறுதியில் நீ உன் தவறை உணர்ந்துவிட்டாய். எவனொருவன் விஷ்ணுவிடம் சரணடைகிறானோ அவன் வேதனைகளிலிருந்தும் துன்பங்களி லிருந்தும் விடுபடுகிறான். எவனொருவன் விஷ்ணுவைத் தன் தலைவனாக ஏற்றுக்கொள்கிறானோ அவன் எதைப் பற்றியும், ஏன் மரணத்தைப் பற்றியும்கூடக் கவலைப்பட வேண்டியதில்லை. இந்த உலகத்தில் காண்பதெல்லாம் விஷ்ணுவினால் படைக்கப்பட்டவை. விஷ்ணுவின் பக்தன் நரகத்திற்குச் செல்ல மாட்டான்; அவனுக்கு மறு பிறப்பு இல்லை' என்று விஷ்ணுவின் பெருமையைப் போற்றிப் பேசினார் பிரகலாதன்.

பலி தொடுத்த கேள்விகள்

'விஷ்ணுவை வணங்குவதால் ஒருவருக்குக் கிடைக்கும் நன்னெறிகள் யாவை?' எனக் கேட்டான் பலி. மேலும் அவரை வழிபடும் முறையையும் அதற்கான விதிகளையும் கூறுமாறு தன் தாத்தாவிடம் கேட்டான் பலி.

'விஷ்ணுவை பக்தியுடன் நினைத்து தானங்கள் கொடுக்கவேண்டும். மாலதி, சதாவரி, சம்பா, ஜூஹி, நாகர் போன்ற மலர்களால் அர்ச்சிப் பதை அவர் பெரிதும் விரும்புவார். மேலும் வில்வம், ஷமி, தாமல், அமாலி போன்ற மரங்களின் இலைகள் கொண்டும் அர்ச்சிக்கலாம்.

மாசி மாதத்தில் எள் தானம் கொடுக்கலாம். விஷ்ணுவிற்குக் கோயில் கட்டினால் ஒருவனது மூதாதையர்களின் பாவங்கள் விலகும். பலி, நீ விஷ்ணுவிற்குக் கோயில் கட்டி பக்தியுடன் அவரை வழிபடு. பசு, நகைகள், தங்கம், நிலம் முதலிய தானங்கள் அளித்து விஷ்ணுவைப்

போற்றி வணங்கு. உனக்கு முக்தி கிடைக்கும்!' என்று பிரகலாதன் பதிலளித்துவிட்டு மறைந்துவிட்டார்.

பிரகலாதன் கூறியபடி பலி விஷ்ணுவை ஆழ்ந்த பக்தியுடன் வழிபட்டான். விஸ்வகர்மாவை அழைத்து ஒரு மிகப்பெரிய அழகான கோயில் ஒன்றை உருவாக்குமாறு பணித்தான். அக்கோயிலுக்கு அவனும் அவன் மனைவியும் சென்று தவறாது விஷ்ணுவை வழிபட்டனர். கோவிலைத் தூய்மையாக வைத்துக்கொண்டான். தான தருமங்களைச் செய்தான். இவ்வாறு மிகுந்த பக்தியுடன் பலியும் அவரது மனைவியும் விஷ்ணுவை வழிபட்டுவந்தனர்.

இவ்வாறு கூறிய புலஸ்தியர், இந்த வாமன சரிதத்தைப் படிப்பவர்களது சகல பாவங்களும் நீங்கும்; கேட்பவர்கள் நினைத்த பலன் பெற்று புண்ணியம் அடைவர் என்று சொன்னார்.

6

தீர்த்தங்கள்

வாமன சரிதம் கேட்டு முடித்த நாரத மகரிஷி புலஸ்தியரிடம், தீர்த்தங்களின் மகிமைகளைப் பற்றிக் கூறும்படியாக வேண்டிக்கொள்ள, புலஸ்தியர் சொல்லத் தொடங்கினார்.

அவகீர்ண தீர்த்தம்

திருதராஷ்டிரன் ஒரு யாகம் செய்தான். யாகத்தின் முடிவில் மகரிஷிகள் யாகத்திற்கான தட்சணையைக் கேட்டார்கள். அவன் அவர்களை இகழ்ச்சியாகப் பேசினான். முனிவர் கள் கோபம் கொண்டார்கள். கடும் கோபம் கொண்ட ஒரு ரிஷி அருகில் இருந்த தீர்த்தத்தில் தனது உடலி லிருந்து சதையை அறுத்து எடுத்து ஹோமம் செய்தார். இதனால் திருதராஷ்டிரனது நாடு சிறிது சிறிதாக அழிந்தது.

தனது தவறை உணர்ந்த திருதராஷ்டிரன் மகரிஷிகளிடம் மன்னிப்புக் கேட்டான். அவர்கள் கேட்டதைவிட அதிகமான அளவு தட்சணையை அளித்தான். முனிவர்கள் சாந்தமடைந்து அவனை

[50]

மன்னித்து இனிமேல் சாதுக்களை அவமதிக்காமல் இருக்குமாறு உபதேசித்தனர். அவர்கள் ஹோமம் செய்து அளித்த தீர்த்தத்தில் அரசனை குளிக்கும்படிக் கூறினர். அந்த தீர்த்தமே அவகீர்ண தீர்த்தம் என்று அழைக்கப்படுகிறது.

சரஸ்வதி நதி

ஒரு சமயம் முனிவர்கள் ஒன்றுகூடி, லோமஹர்ஷன முனிவரிடம் சென்று குருக்ஷேத்திரத்தில் பாயும் சரஸ்வதி நதியின் தோற்றத்தைத் தங்களுக்குத் தெரிவிக்கும்படிக் கேட்டனர். அதற்கு லோமகர்ஷனர், 'சரஸ்வதி நதி' அத்தி மரத்திலிருந்து உற்பத்தியாகின்றது. அது பல மலைகளைக் கடந்து இறுதியில் துவைதவன மலையை அடைகிறது!' என்று எடுத்துரைத்தார்.

இந்த நதியைப் பற்றி மார்க்கண்டேயர், 'நீ ஓம்கார பிரணவ மந்திரம், பிரம்மா தோன்றி உன்னிடமிருந்து பல வடிவங்களை உருவாக்கினார். மூன்று வேதங்களும், மூன்று கடல்களும், கல்வியும், சூரியன் சந்திரன் போன்ற பிரபஞ்ச பொருள்களும் இதிலிருந்தே தோன்றின!' என்று பாராட்டினார்.

மார்க்கண்டேயர் துவைதவனத்தில் உள்ள சரஸ்வதி நதியில் நீராடித் துதித்தார். மகாவிஷ்ணுவின் நாவிலிருந்து பெருகிய சரஸ்வதி நதி, மார்க்கண்டேயரின் பக்தியினால் மகிழ்ந்து, தான், அவர் அழைக்கும் இடமெல்லாம் வருவதாகக் கூறினாள். மார்க்கண்டேயர் சரஸ்வதி நதியை குருக்ஷேத்திரம் அழைத்து வந்தார். அவளுடைய அருளால் பிரம்மசரஸ், நாகரதம் போன்ற பல தீர்த்தங்கள் குருக்ஷேத்திரத்தில் உண்டாயின. இத்தகைய சிறப்பு வாய்ந்த குருக்ஷேத்திரத்திற்குப் போக நினைப்பவர்களுக்கே நற்கதி உண்டாகும். அங்கு வசிப்பவர்கள் பிரம்மஞானத்தைப் பெறுவார்கள்.

வஸிஷ்டோத்வாஹ தீர்த்தம்

ஒருமுறை வசிஷ்ட முனிவரது ஆசிரமத்திற்கு அருகே விசுவாமித்திரர் சிவபெருமானை பூஜை செய்து வந்தார். வசிஷ்டர் தனது தவ வலிமையால் ஆசிரமத்திற்கு அருகே சரஸ்வதி நதியை ஓடும்படிச் செய்தார். இதைக் கண்ட விசுவாமித்திரருக்கு வசிஷ்டர் மீது பொறாமை உண்டானது. அவரது தவத்தினால் தனது தவத்திற்குக் குறைவு வருகிறது என்று எண்ணினார்.

சரஸ்வதி நதியை அழைத்த விசுவாமித்திரர், பிரவாகத்தின் மூலம் வசிஷ்டரைத் தனது இருப்பிடத்திற்கு அழைத்துவருமாறு கூறினார்.

இதைக் கேட்ட சரஸ்வதி, வசிஷ்டரைத் தாம் இங்கு அழைத்து வந்தால் இவர் சித்திரவதை செய்வார். அந்தப் பாபம் தன்னைத்தானே வந்து சேரும் என்று தயங்கினாள். சரஸ்வதி தயங்குவதைக் கண்டு கோபம்கொண்ட விசுவாமித்திரர், 'உடனே வசிஷ்டரைக் கொண்டு வா. இல்லையென்றால் உன்னைச் சபித்து விடுவேன்' என்று கூறினார்.

சரஸ்வதி வசிஷ்டரிடம் சென்று நடந்தவற்றைத் தெரிவித்தாள். இதைக் கேட்ட முனிவர், 'கவலைப்படாதே! என்னை அவரிடம் அழைத்துச் செல்' என்றார். அவ்வாறே சரஸ்வதியும் முனிவரை பிரவாகத்தில் விசுவாமித்திரர் இருக்கும் இடத்திற்கு அடித்துச் சென்றாள். வசிஷ்டரைக் கண்டவுடன் அவரைத் தாக்குவதற்கு விசுவாமித்திரர் ஆயுதத்தைத் தேடினார். இதைக் கண்ட சரஸ்வதி, வேகமாகப் பிரவாகம் எடுத்து வசிஷ்டரை இருக்கும் இடம் தெரியாமல் கொண்டு சென்றுவிட்டாள்.

இதைக் கண்டு கோபமடைந்த விசுவாமித்திரர், சரஸ்வதியை ரத்த ஆறாக ஓடும்படிச் சாபமிட்டார். இதனால் சரஸ்வதி ரத்த ஆறாக மாறியது. அதைக் கண்டு பூத, பிசாச, ராாட்சஸர்கள் சந்தோஷம் அடைந்து அங்கு சென்று அதைக் குடித்து அங்கேயே வசித்தன. தீர்த்த யாத்திரைக்கு வருகை தந்த முனிவர்கள் சரஸ்வதியின் இந்த நிலையைக் கண்டு திகைப்படைந்தனர். தங்களது தவவலிமையால் அருணா நதியை அங்கு வரவழைத்தனர். அதன் பிரவாகத்தின் வேகத்தில் சரஸ்வதி நதி பரிசுத்தமானது.

இதனால், 'எங்களது உணவுக்கு என்ன வழி? தாய் தந்தையரைத் திட்டியதாலும், ஆசார்யனை அவமதித்தாலும், பிராமணர்களைத் திட்டியதாலும் நாங்கள் இந்த நிலையில் உள்ளோம். எங்களுக்குத் தேவைப்படும் உணவை நீங்கள் அளிக்கவேண்டும்!' என்று பூத பிசாசுகள், ராாட்சஸர்கள் முனிவர்களிடம் கேட்டனர்.

அதற்கு அவர்கள், 'ஆசாரம் இல்லாதவன் உண்ட உணவின் மிகுதி, புழு, மயிர் போன்றவை உள்ள உணவு, முகர்ந்து பார்த்ததும் மூச்சுக் காற்று கலந்ததுமான அன்னம் போன்றவை உங்களுக்குக் கிடைக்கும்!' என்று கூறினர். மேலும், இந்த அருணா நதி மற்றும் சரஸ்வதி நதி சங்கமிக்கும் இடத்தில் அனைவரையும் ஸ்நானம் செய்வித்து அவர்களுக்கு நற்கதி அளித்தனர். இந்த தீர்த்தமே 'வசிஷ்டோத்வாஹ தீர்த்தம்' எனப்படுகிறது.

ஆத்மநதி

இந்த உலகில் பல நதிகள் உற்பத்தியாகி ஓடுகின்றன. அதுபோல் ஒவ்வொரு மனிதனின் உடலிலும் பரம தூய்மையான ஒரு நதி உள்ளது. அது ஆத்மா எனப்படும். நல்ல ஒழுக்கம், சத்தியம் போன்றவை அதன் நீராகும். அடக்கம் என்பது அதன் புண்ணிய கட்டம். இந்த ஆத்ம நதியில் மூழ்கிக் குளிப்பவர்களின் பாபம் நீங்கும். அவர்களது சித்தம் சுத்தமாகும். சுத்தமான மனதை அந்த ஆத்மாவிடம் சமர்ப்பணம் செய்வதைவிட வேறு புண்ணிய நீராடல் இருக்க முடியாது.

பல்வேறு தீர்த்தங்களில் நாம் நீராடும்போது நமது உடல் தூய்மை அடைகிறதே தவிர மனம் தூய்மை அடைவதில்லை. ஆனால் ஆத்ம சுத்தி அடைந்த சாதுக்களுக்கு சத்தியம், சமரசம், ஒழுக்கம், கபடம் இல்லாமை, தேவையற்ற விஷயங்களிலிருந்து மனத்தை ஒடுக்குதல் போன்றவற்றைவிட வேறு சிறந்த தியானம் இல்லை.

7

லிங்க பூஜை

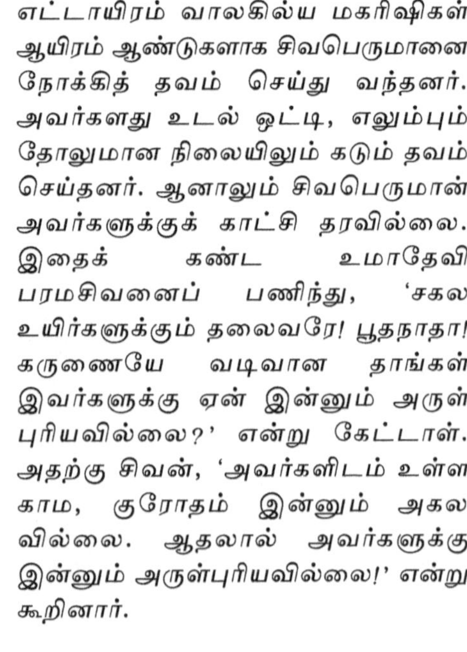

ஒருசமயம் தாருகாவனத்தில் எண்பத்து எட்டாயிரம் வாலகில்ய மகரிஷிகள் ஆயிரம் ஆண்டுகளாக சிவபெருமானை நோக்கித் தவம் செய்து வந்தனர். அவர்களது உடல் ஒட்டி, எலும்பும் தோலுமான நிலையிலும் கடும் தவம் செய்தனர். ஆனாலும் சிவபெருமான் அவர்களுக்குக் காட்சி தரவில்லை. இதைக் கண்ட உமாதேவி பரமசிவனைப் பணிந்து, 'சகல உயிர்களுக்கும் தலைவரே! பூதநாதா! கருணையே வடிவான தாங்கள் இவர்களுக்கு ஏன் இன்னும் அருள் புரியவில்லை?' என்று கேட்டாள். அதற்கு சிவன், 'அவர்களிடம் உள்ள காம, குரோதம் இன்னும் அகல வில்லை. ஆதலால் அவர்களுக்கு இன்னும் அருள்புரியவில்லை!' என்று கூறினார்.

அந்த முனிவர்களிடம் இரக்கம் கொண்டு அவர்களுக்கு உடனே அருள் புரியவேண்டும் என்று பார்வதி தேவி வேண்டிக்கொண்டாள். உடனே சிவபெருமான் திகம்பர சந்நியாசியாக

வேடம் பூண்டு தாருகாவனம் சென்று அங்கு தவம் செய்து கொண்டிருந்த முனிவர்களிடம் பிட்சை கேட்டார். ஆனால் அவர்கள் சந்நியாசிக்கு ஒன்றும் தராமல் இருந்தனர். முனிவர்களது மனைவிகள் கிழங்குகளை கைலாசநாதனான அந்த சந்நியாசிக்கு அளித்தனர். அதை உண்டவுடன் அந்த சந்நியாசி அங்கிருந்து கிளம்பினார். ரிஷி பத்தினிகள் அவரது அழகில் மயங்கி அவர் பின்னே சென்றனர்.

இதைக் கண்ட முனிவர்கள் சந்நியாசியின்மீது கடும்கோபம் கொண்டனர். 'திகம்பர சந்நியாசியின் முக்கிய அங்கமானது அறுந்து கீழே விழட்டும்' என்று சாபமிட்டனர். அங்ஙனமே சந்நியாசியின் அங்கம் அறுந்து விழுந்தது. இதனால் உலக உயிர்கள் எல்லாம் ஒரு நொடி குலுங்கின. சிவபெருமான் தேவியிடம் சென்று, 'காம, குரோதம் நீங்காத இந்த வாலகில்ய முனிவர்களுக்கு எப்படி அருள் புரிவது?' என்று கேட்டார். அதற்கு தேவியால் பதில் சொல்ல முடியவில்லை.

இதற்கிடையே, வந்தவர் பரமசிவன் என்று உணர்ந்த முனிவர்கள் தங்களது தவறுக்கு வருந்தி, பிரம்மதேவனைச் சரணடைந்தனர். அதற்கு அவர் உமாபதியிடமே சென்று சரணடையுமாறு பணித்தார். அவர்கள் அனைவரும் அந்தப் பரமாத்மாவைப் பலவாறு போற்றித் துதித்து தங்களது தவறைப் பொறுத்தருளுமாறு பிரார்த்தித்தனர். அவர்கள் முன் தோன்றிய உமாபதி, அவர்களுக்கு சிவலிங்க பூஜையை உபதேசித்து மறைந்தார்.

முனிவர்கள் தாருகாவனத்தில் விழுந்த சிவனின் முக்கிய அங்கத்தை ஸ்தாணு ஆசிரமத்தில் பிரதிஷ்டை செய்ய முயற்சி செய்தனர். அதை அசைக்க முடியாமல் போகவே பிரம்மதேவனிடம் ஆலோசனை கேட்டனர். பிரம்மா, தேவர்களுடன் கைலாசம் சென்றார். அங்கு சிவபெருமானைக் காணாததால் தியானம் செய்தார். சிவன் யானை வடிவம் கொண்டு நீர்நிலை அருகே இருப்பதை அறிந்து அங்கு சென்று அவரைத் துதித்தார். ஆனால் பரமன் அங்கிருந்தும் மறைந்துவிட்டார்.

அதனால் பிரம்மன் உள்ளிட்ட தேவர்கள் அன்னையைச் சரணடைந்தனர். உமாதேவி அங்கிருந்த தேவர்களுக்கு அமிர்தத்தை அளிக்க, உடனே யானை வடிவில் இருந்த சிவபெருமான் சிவலிங்க மாக நின்றார். இதை மனிதர்கள் எடுத்துக்கொள்வார்களே என்று அஞ்சிய தேவர்கள் பிரம்மதேவனிடம், அதற்கு ஏதாவது வழி செய்யுங்கள் என்று வேண்டினர். அனைவரும் சிவபெருமானை வேண்ட, அவர் யானையை அனுப்பி லிங்கத்தை அங்கிருந்து மேற்குத் திசையில் எடுத்துவைத்தார். அங்கு சாநித்யம் என்ற

தீர்த்தமும், ஒரு விருட்சமும் தோன்றியது. தேவர்கள் மகிழ்ந்து சிவபெருமானைத் துதித்தனர்.

ஒவ்வொருவரும் தங்களுக்கு ஒரு சிவலிங்கம் வேண்டும் என்று கேட்க, சிவபெருமான் இந்திரனை அழைத்து காற்றைக்கொண்டு சிவலிங்கத்தின் மீது புழுதியால் மூடும்படிக் கூறினார். லிங்கத்தின் மீது படிந்த புழுதியும் ஒரு லிங்கமாக மாறியது. புழுதியில் தோன்றிய லிங்கத்தை முனிவர்கள் எடுத்துச்சென்றனர். தேவேந்திரன் இன்னொரு முறையும் புழுதியால் லிங்கத்தை மூட, மற்றொரு லிங்கம் தோன்றியது. அதையும் முனிவர்கள் எடுத்துக்கொண்டனர். இவ்வாறு ஏழு முறை இந்திரன் புழுதியால் லிங்கத்தை மூட, ஏழு புதிய லிங்கங்கள் தோன்றின. மீதமுள்ள ஐந்து லிங்கங்களை ராவணன், மேகநாதன், கும்பகர்ணன், விபீஷணன், கரதூஷணன் போன்றவர்கள் எடுத்துச் சென்று பிரதிஷ்டை செய்து பூஜை செய்தனர்.

ஸ்தாணு தீர்த்தம்

மனுவின் முகத்திலிருந்து சுவதன் என்பவன் பிறந்தான். இவன் யமதர்மராஜனின் மகள் பயை என்பவளை மணம் செய்து கொண்டான். இவர்கள் இருவருக்கும் வேனன் என்ற மகன் பிறந்தான். அவன் கெட்ட குணங்கள் நிறைந்தவனாக இருந்தான். நாளுக்கு நாள் வேனனுடைய கொடுமைகள் அதிகமாயின. இவன் செய்யும் அநீதியைக் கண்ட அவனது தந்தை சுவதன் மனம் நொந்து தனது அரச பதவியைத் துறந்து கானகம் சென்றான். அதையடுத்து வேனன் பட்டத்திற்கு வந்தான்.

வேனன் பதவிக்கு வந்தவுடன், தனது நாட்டில் யாரும் தானம், தவம் போன்றவை செய்யக் கூடாது என்றும், அனைவரும் தன்னையே தெய்வமாக பூஜிக்கவேண்டும் என்றும் உத்தரவிட்டான். முனிவர்கள் அவனுக்கு புத்திமதி கூறினர். இதைக் கேட்ட வேனன் அவர்களை நிந்தித்தான். அதனால் கோபமடைந்த முனிவர்கள் சாபமிட்டு வேனனைக் கொன்று அவனது இடது கையைக் கடைந்தனர். வேனன் செய்த பாபத்தால் பயங்கரமான ஓர் மனிதன் தோன்றினான்.

இதைக் கண்ட முனிவர்கள் அவனை 'நிஷாதன்' என்ற வேடனாக்கி அவனது வலது கையைக் கடைந்தனர். அதிலிருந்து நல்ல பண்புகளை உடைய ஒரு புதல்வன் தோன்றினான். அவன், 'பாபியாக இருந்து இறந்த என் தந்தை எந்தச் சரீரத்தை எடுத்துத் துன்பம் அடைகிறாரோ' என்று வருந்தினான். அச்சமயம் அங்கு வந்த நாரத முனிவர், 'வேனன் மிலேச்ச ஜாதியில் குஷ்டரோகியாகப் பிறந்திருக்கிறான்' என்று தெரிவித்தார்.

அவனும் மிலேச்ச ஜாதியில் குஷ்ட ரோகியாக உள்ள தனது தந்தையைக் கண்டுபிடித்து, அவரைக் கண்டு வருந்தினான். அருகில் இருந்த ஸ்தாணு தீர்த்தத்தில் அவரை நீராடச் சொன்னான். அச்சமயம் ஆகாயத்திலிருந்து, 'வேத நிந்தை செய்த மகா பாபியான இவனை இங்கு ஸ்நானம் செய்து வைத்து இந்தத் தீர்த்தத்தின் புனிதத்தைக் கெடுக்காதே!' என்று அசரீரி ஒலித்தது.

உடனே மகன், 'தனது தந்தையின் பாபம் தீரவே இங்கு அழைத்து நீராட வைக்க விரும்பினேன். அவ்வாறு செய்யக்கூடாது எனில் வேறு வழி என்ன?' என்று கேட்டான். 'இந்தத் தீர்த்தத்தில் முதலில் நீ குளித்து, பின்னர் அவரைக் கரையில் அமர வைத்து ஸ்நானம் செய்வித்தால் அவரது பாபம் அகலும். பின்னர் அவர் நற்கதி அடைவார்' என்று அசரீரி தெரிவித்தது. அவனும் அவ்வாறே செய்து தந்தையின் பாபத்தைப் போக்கினான்.

வேனன் அந்தகாசுரனாதல்

யமதர்ம ராஜனின் சபையில் தேவர்களின் சொத்துக்களை ஸாரமேயன் என்பவன் காத்துவந்தான். ஒருமுறை யமலோகத்திலிருந்து அசுரர்கள் அந்தச் சொத்துக்களைக் கவர்ந்து செல்லும்போது அவன் பேசாமலிருந்தான். அதனால் கோபமடைந்த யமதர்மன் ஸாரமேயனை நாயாகப் பிறக்கும்படிச் சாபமிட்டார். அந்த நாய் பூலோகம் வந்து தாகத்தால் தவித்தது. பின் அருகிலிருந்த ஸ்தாணு தீர்த்தத்தைப் பருகி, அதன் கரையில் இருந்த மடத்தில் தனக்கு ஏதேனும் உணவு கிடைக்காதா என்று தேடியது. அந்த மடத்தில் இருந்த வேனன் அந்த நாயைத் தன் கையால் தொட்டான். அதைக் கண்டு பயந்த நாய், ஸ்தாணு தீர்த்தத்தில் விழுந்து உடலை உதறியது.

நாய் உதறியதால் அதன்மேல் இருந்த நீர் வேனன்மீது பட்டவுடன் அவனது தேகம் பொலிவடைந்தது. அவன் கைலாசநாதனைப் பணிந்து துதித்தான். அவர் அவன்முன் காட்சி தந்து, 'நீ அடுத்த பிறவியில் ஹிரண்யாட்சனுக்கு மகனாகப் பிறந்து அந்தகன் என்ற பெயருடன் விளங்குவாய். பூர்வ ஜென்மத்தில் ஏற்பட்ட கெட்ட குணங்களால், அம்பிகையைக் கண்டு காமம் கொள்வாய். நான் எனது சூலத்தால் உன்னைக் குத்திக் கொன்று பிரிங்கிரிடன் என்ற சிவகணமாக்கி என்னுடன் வசிக்கும்படிச் செய்வேன்' என்று அருள் புரிந்தார்.

தனக்குப் பேருதவி செய்த ஸாரமேயனுக்கு சுவர்க்கத்தை அளிக்க வேண்டும் என்று வேனன் சிவபெருமானிடம் வேண்டினான். சிவபெருமானும் அங்ஙனமே அருளி மறைந்தார். வேனன்,

தனக்காகச் சுகத்தை இழந்து தனக்குத் தொண்டு செய்யும் தனது மகனை ஆசீர்வாதம் செய்து சுவர்க்கத்துக்குச் சென்றான். அவனது மகனும் பல யாகங்கள் செய்து, பின்னர் குருக்ஷேத்திரம் சென்று தவம் செய்து அழியாப் புகழ் பெற்றான்.

பிரம்மாவின் நான்கு தலைகள் தோற்றம்!

பிரளயத்திற்குப் பிறகு உலகத்தைப் படைக்க எண்ணிய பிரம்மதேவன் சில ஜீவராசிகளைப் படைத்தார். இன்னும் எதைப் படைப்பது என்று யோசித்தார். அப்போது அவருடைய உடலிலிருந்து ஓர் அழகிய பெண் தோன்றினாள். அவளைக் கண்ட பிரம்மதேவர், அவள்மீது காமம் கொண்டார். அதனால் அவரது ஐந்தாவது தலை துண்டிக்கப் பட்டு தனியாக விழுந்தது.

பிரம்மன் தனது விமோசனத்திற்காக துண்டிக்கப்பட்ட தலையுடன் சாநித்ய சரோவருக்கு வந்தார். இங்கு நான்கு தலைகள் கொண்ட லிங்கத்தை பிரதிஷ்டை செய்து, தினமும் அந்த லிங்கத்தை வணங்கி வந்தார். அப்போது அவர்முன் தோன்றிய பரமசிவன், 'இந்த நான்குமுக லிங்கத்தை பிரதிஷ்டை செய்ததன் மூலம் நீ பாவங்களி லிருந்து விடுபட்டாய். நாம் வராஹ கல்பத்தில் உனது ஐந்தாவது சிரத்தை அறுத்த காரணத்தால், ஒவ்வொரு கல்பத்திலும் ஏதாவது ஒரு காரணத்தால் உனது ஐந்தாம் தலை அழியும்!' என்று கூறி மறைந்தார்.

பிரம்மா அங்கேயே தங்கி நான்முக லிங்கத்தை வணங்கி மற்றொரு லிங்கத்தை அருகிலுள்ள ஏரியில் ஸ்தாபித்தார். பிரம்மசாகரம் என்ற நீர்த்தேக்கத்தையும் அமைத்தார். பின்னர் தன் ஆஸ்ரமத்திற்குக் கிழக்கே ஒரு சிவலிங்கமும் சரஸ்வதி நதிக் கரையில் ஒன்றும் அமைத்தார். அதன் பின்னர் பிரம்மா குருக்ஷேத்திரம் சென்று அங்கு லிங்க பிரதிஷ்டை செய்து பூஜித்தார். அவ்வாறே பல இடங்களுக்கும் சென்று லிங்க பிரதிஷ்டை செய்து பூஜை செய்தார். இந்த லிங்கத்தை வணங்கியவர்களுக்கு பாவங்கள் விலகி மோட்சம் கிட்டும் என்று அருள்புரிந்தார்.

8

பார்வதி தேவியின் வரலாறு

அட்சய திருதியை

ஒருமுறை மகாதேவனாகிய சிவபெருமான் தேவர்களை அழைத்து, பிருதுடக தீர்த்தத்தின் பெருமையைக் கூறி அது இருக்கும் சாநித்ய சரோவருக்குச் செல்லுமாறு கூறினார். மிருகசீரிஷ நட்சத்திரத்தில் சூரியன் சந்திரன் வியாழன் இம்மூன்றும் ஒன்று கூடுவதுதான் 'அட்சய திருதியை' ஆகும். அந்த நேரத்தில் அங்கு சென்று நீங்கள் ஸ்ரார்த்தம் செய்ய வேண்டும் என்று கூறினார்.

இந்திரன் தலைமையில் எல்லா தேவர்களும் பிருதுடக தீர்த்தத்திற்குச் சென்றனர். உடன் வியாழ பகவானும் வந்தார். அவர்கள் அங்கே குளித்து விட்டு வியாழ பகவானை மிருகசீரிஷ நட்சத்திரத்திற்குள் செல்லுமாறு வேண்டினர். சூரியனும் சந்திரனும் வியாழனும் அட்சய திரிதியை அன்று அந்நட்சத்திரத்திற்குள் பிரவேசித்தனர்.

எல்லா தேவர்களும் தங்களது முன்னோர்களுக்காக எள்ளும் தேனும்

கலந்த பிண்டத்தை வைத்து வழிபட்டனர். அதனால் மகிழ்ந்த பித்ருக்கள், தேவ காரியத்தை முன்னிட்டு தங்கள் பெண் மேனையை தேவர்களுக்கு அளித்தனர். தேவர்கள் அவளை இமவானுக்கு மணம் முடித்து வைத்தனர். இமவானுக்கும் மேனாவுக்கும் ராகினி, குடிலா, காளி என்னும் மூன்று மகள்களும் சுநாபன் என்ற மகனும் பிறந்தனர்.

ராகினி சிவந்த மேனியும் சிவந்த கண்களும் உடையவளாகத் திகழ்ந்தாள். குடிலா தாமரை இதழைப் போன்ற கண்களைக் கொண்டு மிகவும் அழகானவளாகவும் விளங்கினாள். கடைசிப் பெண்ணான காளி கருமை நிறமாகவும் நீலோத்பலம் மலரைப் போன்ற கண்களையும் கொண்டு விளங்கினாள். ஆறு ஆண்டுகள் சென்று அந்த மூன்று பெண்களும் தவம் செய்யச் சென்றனர்.

தவம் செய்துகொண்டிருந்த மூவருள் குடிலா என்ற பெண்ணை தேவர்கள் பிரம்மலோகத்திற்கு அழைத்துச் சென்றனர். நான்முகன் அவளைப் பார்த்து, 'இவளால் சிவ தேஜஸைத் தாங்க முடியாது!' என்றார். அவள் கோபம் கொண்டு, 'நாராயணனை நோக்கித் தவம் செய்து, சிவனது சக்தியை நான் ஏற்கும் பலம் பெற்று அவர் தலை வணங்கும்படிச் செய்கிறேன்!' என்றாள். சினமடைந்த சதுர்முகன், 'பெண்ணே! எனது சொல்லை நீ மீறியதால் நீராக மாறுவாய்!' என்று சபித்தார்.

மேலும் கோபமடைந்த குடிலா பிரம்மலோகத்தை தனது பிரவாகத்தால் நாசம் செய்ய முடிவு செய்தாள். நான்முகன் நான்கு வேதங்களால் அவளைக் கட்டி விட்டார். பின்னர் தேவர்கள் ராகினி என்ற இரண்டாவது கன்னிகையை அழைத்து வந்தனர். இவளாலும் சிவனது சக்தியை வகிக்க இயலாது என்று பிரம்மா தெரிவித்தார். அவள் தனது தவத்தால் மகிஷனைக் கொல்லும் மகாதேவன் மகனை வகிக்கத்தக்க சக்தியைப் பெறுவதாகக் கூறினாள். தன் சொல்லை மீறியதால் அவளை சந்தியையாகும்படி (சந்தியை - சந்தியா காலம்) சபித்தார். அவள் கிருத்திகா நட்சத்திரமாகி தவம் செய்தாள்.

பார்வதி திருமணம்

மூன்றாவது பெண் காளி சிவபெருமானைக் கணவனாகப் பெறக் கடுமையான தவம் செய்தாள். இதைக் கண்ட அவளது தாய், 'உமா, (உ-பெண்ணே, மா-வேண்டாம்) உனது தவத்தை நிறுத்து' என்று கூறினாள். அன்று முதல் அவள் 'உமா' என்று அழைக்கப்பட்டாள். உமா தாயின் வேண்டுகோளை ஏற்று தனது தவத்தை விடுத்து வீட்டிற்கு வந்தாள். உமாதேவியை பிரம்மலோகம் அழைத்துச்

செல்ல வந்த தேவர்கள் அவளது ஒளியால் அருகில் நெருங்க முடியாமல் பிரம்மதேவரிடம் சென்று தெரிவித்தனர்.

இந்நிலையில் சந்திரகூடனான சிவபெருமான் இமயமலைக்கு வந்தார். அவரைப் பணிந்து வரவேற்ற கிரிராஜன் இந்த மலையிலேயே வசிக்கும்படி அவரை வேண்டிக்கொண்டான். மகாதேவனும் அதை ஏற்றுக்கொண்டு அங்கேயே வசிக்கத் தொடங்கினார். ஒருநாள் அங்கு வந்த உமா, மகேஸ்வரனை வணங்கினாள். அக்கணமே சிவபெருமான் தனது கணங்களோடு மறைந்துவிட்டார்.

இதனால் மனம் வருந்திய உமாதேவி, தனது தாய் தந்தையரிடம் உத்தரவு பெற்று மரவுரி தரித்து கௌரி சிகரம் என்ற மலைக்குச் சென்று சிவனை நோக்கிக் கடும் தவம் மேற்கொண்டாள். சிவபெருமான் வயதான அந்தணர் வேடம் பூண்டு அங்கு வந்தார். 'எதற்காக நீ இங்கு தவம் செய்கிறாய்?' என்று கேட்டார். நடந்தவற்றை தேவி அவரிடம் தெரிவித்தாள்.

அதற்கு அந்தப் பெரியவர், 'அம்மா, நீ பெரிய தவறு செய்துவிட்டாய். ஜடாமுடியுடன் உடம்பில் சாம்பலைப் பூசியபடி கழுத்தில் பாம்பை அணிந்த சிவனா உனக்கு ஏற்ற கணவன்?' என்று கேட்டார். சிவநிந்தையைக் கேட்டு கடும் கோபம் கொண்ட உமாதேவி, 'கிழவரே, நீர்தான் முட்டாள். அவரது பெருமை தெரியாமல் உளறுகிறீர். உமது முகத்தில் விழிப்பதே பாவம். உடனே இங்கிருந்து போய் விடுங்கள்!' என்றாள்.

அந்தணர் மறைந்து சிவபெருமான் காட்சி அளித்தார். ஈசன், உமாதேவியிடம், 'என்ன வரம் வேண்டும்?' என்று கேட்க, அதற்கு உமையம்மை, 'அனைவரின் முன்னிலையில் என்னைத் தாங்கள் திருமணம் செய்துகொள்ளவேண்டும்' என்று வேண்டிக்கொண்டாள். சிவனும் அவ்வாறே அருளி மறைந்தார். கைலாயம் சென்ற சிவபெருமான், சப்தரிஷிகளை அழைத்தார். வசிஷ்டர், காசியபர், அத்ரி, விசுவாமித்திரர், கௌதமர், பரத்வாஜர், ஆங்கீரஸர் ஆகியோர் மகேசன் முன் வந்து வணங்கி நின்றனர்.

இமவானிடம் சென்று பார்வதியை தான் மணக்க விரும்புவதாகத் தெரிவிக்கும்படி சிவபெருமான் சப்தரிஷிகளிடம் பணித்தார். அவர்கள் இமவானைக் கண்டு வந்த விஷயத்தைத் தெரிவித்தனர். இமவான் மற்ற பர்வதங்களை அழைத்து ஆலோசனை கேட்டான். உதயன், ரம்யகன், ஹேமகூட பர்வதங்கள் தங்கள் ஏகோபித்த சம்மதத்தைத் தெரிவித்தனர். பின்னர் மலைராஜன் தனது மனைவியான மேனையை அழைத்து அவளது சம்மதத்தைப்

பெற்றான். முகூர்த்த நாள் குறிக்கப்பட்டு, சப்தரிஷிகள் அதை சிவபெருமானிடம் தெரிவித்தனர்.

மகாவிஷ்ணு, பிரம்மா, இந்திரன் உள்ளிட்ட சகல தேவர்களும் மந்திர மலையில் கூடினர். அதிதி, சுரபி, சுரமை போன்றோர் கல்யாண சுந்தரரான சிவபெருமானை அலங்காரம் செய்தனர். ஐராவதத்தின் மீது அமர்ந்து தேவேந்திரன் வெண்குடை பிடிக்க, கங்கையும் யமுனையும் வெண்சாமரம் வீச, கந்தர்வர்கள் பாட, கிங்கரர்கள் வாத்தியம் இசைக்க, அப்சரஸ்கள் நடனம் ஆட, மகாவிஷ்ணுவும், பிரம்மாவும் இருபுறமும் உடன்வர, தனது வாகனமான காளை மீது ஏறி சிவபெருமான் திருமணத்திற்குப் புறப்பட்டார்.

இருபத்தி நான்கு சிவகணங்களும், எட்டு கோடி வசுக்களும், பதினோரு கோடி ருத்திரர்களும், பன்னிரண்டு கோடி ஆதித்தியரும், அறுபத்தி ஏழு கோடி கணங்களும் அவர்களுடன் வந்தனர். பர்வதராஜன் அவர்களை வரவேற்றான். ரத்தினத்தினால் ஆன இருக்கையில் பரமசிவனை அமர்த்தி அவருக்குப் பல்வேறு உபசாரங்களைச் செய்தான் பர்வதராஜன்.

தனது மகளான பார்வதியை அழைத்து வந்து அவரது அருகில் அமர்த்தி, 'பித்ருக்களின் தௌஹித்ரியும், புலகனின் பேத்தியும், எனது கன்னிகையுமான பார்வதியை உங்களுக்குக் கன்னிகாதானம் செய்து தருகிறேன். அவளை ஏற்றுக்கொள்ளவேண்டும்!' என்று வேண்டினான். பிரம்மதேவர் சகல வைதீக காரியங்களையும் முன்னின்று செய்துவைத்தார். சிவபெருமான், தனக்கு தாயுமில்லை, தந்தையுமில்லை என்று கூறி பார்வதியைத் திருமணம் செய்து கொண்டார். பின்னர் உமாபதி தனது வாகனமான காளை மீது அம்பிகையை ஏற்றிக்கொண்டு கைலாயம் சென்றார்.

9

விநாயகர் அவதார சரிதம்

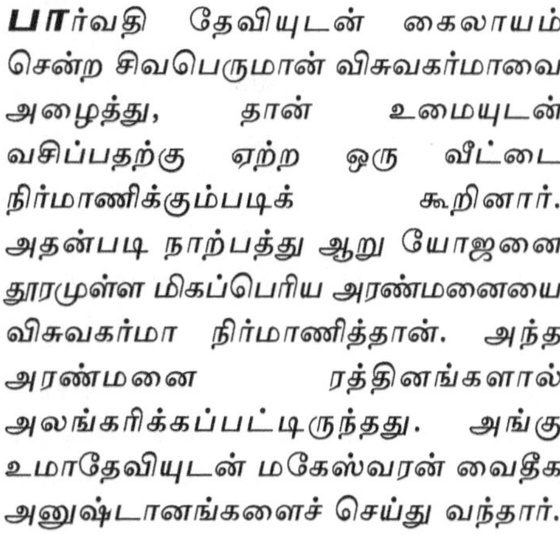

பார்வதி தேவியுடன் கைலாயம் சென்ற சிவபெருமான் விசுவகர்மாவை அழைத்து, தான் உமையுடன் வசிப்பதற்கு ஏற்ற ஒரு வீட்டை நிர்மாணிக்கும்படிக் கூறினார். அதன்படி நாற்பத்து ஆறு யோஜனை தூரமுள்ள மிகப்பெரிய அரண்மனையை விசுவகர்மா நிர்மாணித்தான். அந்த அரண்மனை ரத்தினங்களால் அலங்கரிக்கப்பட்டிருந்தது. அங்கு உமாதேவியுடன் மகேஸ்வரன் வைதீக அனுஷ்டானங்களைச் செய்து வந்தார்.

ஒருசமயம் சிவன் அம்பிகையைப் பார்த்து அவளது மற்றொரு பெயரான காளி என்று அழைத்தார். காளி என்ற சொல்லுக்குக் கருப்பு என்ற பொருள் உண்டு. தான் கருப்பாக இருப்பதால் தன்னை அவ்வாறு அழைப்பதாக எண்ணி உமாதேவி கோபம் கொண்டு இமயமலைக்குச் சென்றாள். அங்கு தனது தோழிகளான ஜயா, விஜயா, ஜயந்தி, அபராஜிதா போன்றவர்களை அழைத்தாள். தான் தவம் இயற்றப்

போவதாக அவர்களிடம் தெரிவித்தாள். அவர்கள் உடன் இருந்து அன்னைக்கு பணிவிடை செய்துவந்தனர்.

பார்வதி ஒற்றைக் காலில் நின்று நூறாண்டுகள் கடும் தவம் புரிந்தாள். உமா ஒற்றைக் காலில் தவம் செய்வதால், அவள் தடுமாறினால் தாங்கிக் கொள்ள ஒரு புலியும் நூறாண்டுகள் ஒன்றிய மனநிலையில் நின்றுகொண்டிருந்தது. முடிவில் பிரம்மதேவன் பார்வதி முன்தோன்றி, 'என்ன வரம் வேண்டும்?' என்று கேட்டார். அதற்கு அன்னை, தனது கருமை நிறத்தை மாற்றும்படிக் கோரினாள்.

பிரம்ம தேவனும் அவ்வாறே வரமளித்தார். உமாதேவிக்குப் பொன்னிறம் கிடைத்தது. அதனால் அவள் 'கௌரி' என்ற பெயர் பெற்றாள். உமாவிடம் இருந்த கருமை நிறம் தனியாக வெளிப்பட்டு ஒரு பெண்ணாக மாறியது. அவள் 'காத்யாயனி' என்று அழைக்கப் பட்டாள். பார்வதியுடன் நூறாண்டுகள் தவம் செய்த புலி, அம்பிகையின் வாகனமாக மாறியது. அங்கு வந்த தேவேந்திரன், பார்வதி தேவியை வணங்கி, தங்களுக்கு உதவியாக காத்யாயனியை விந்திய மலையில் வசிக்க அனுமதிக்கும்படி வேண்டினான்.

பார்வதியின் உத்தரவிற்கு இணங்கி காத்யாயனி விந்திய மலைக்குச் சென்றாள். அதனால் அவளுக்கு 'விந்தியாசல நிவாஸனி', 'கௌசகி' போன்ற திருநாமங்கள் ஏற்பட்டன. பின்னர் பார்வதியும் சிவபெருமானும் மந்திரமலையில் அந்நியோன்யமான தம்பதிகளாக இல்லற இன்பத்தில் மூழ்கித் திளைத்தனர்.

இதைக்கண்ட பிரம்மதேவன் தேவேந்திரனிடம் 'பார்வதி தேவியின் வயிற்றில் சிவ அம்சத்துடன் ஒரு குழந்தை உண்டாகிப் பிறந்தால் அந்தக் குழந்தையால் உனது இந்திர பதவிக்கு ஆபத்து ஏற்படும்!' என்று தெரிவித்தார்.

இதனால் இந்திராதி தேவர்கள் அனைவரும் ஒன்றுகூடி கைலாயத்துக்குச் சென்றனர். வாயிற்படியில் நந்தி அவர்களைத் தடுத்து நிறுத்தினார். அதனால் தேவேந்திரனின் உத்தரவுப்படி அக்னி தேவன் அன்னமாக உருமாறி உள்ளே சென்று சிவபெருமானிடம் தேவர்கள் வந்திருக்கும் செய்தியைத் தெரிவித்தான். நடந்தவற்றை அறிந்த சிவன், 'அப்படியானால் எனது வீரிய சக்தியை யார் தாங்கிக் கொள்ளப்போகிறீர்கள்?' என்று கேட்டார். எல்லோரும் பயந்து போய் பின் வாங்க, அக்னி தேவன் தானே அதைத் தாங்குவதாகத் தெரிவித்தான்.

கங்காதரன் அது போலவே தனது வீர்யத்தை அக்னியிடம் விட்டு விட்டு உள்ளே வந்து உமாதேவியிடம் நடந்ததைக் கூறினார்.

அம்பிகை கோபம் கொண்டாள். 'தனக்குக் கர்ப்பமில்லாமல் செய்த தேவர்களுக்கும் குழந்தைகள் பிறக்காது!' என்று சாபமிட்டாள்.

இதன்பின் மகேஸ்வரனின் உதவி இல்லாமல் தானே ஒரு குழந்தையை உண்டாக்க விரும்பினாள் உமாதேவி. தனது தோழியான மாலினி என்பவளை அழைத்து வாசனை திரவியங்களைக் கொண்டு வரச் செய்தாள். அதைக் கொண்டு யானை முகமும், பருத்த வயிறும் உள்ள ஒரு சிலையைச் செய்து வைத்துவிட்டு அம்பிகை குளிக்கச் சென்றாள்.

அங்கு வந்த சிவபெருமான் அந்தச் சிலையைக் கண்டு மகிழ்ந்து அதைத் தொட்டார். அந்தச் சிலை உயிர் பெற்றது. நாயகன் இன்றி பிறந்ததால் அக்குழந்தைக்கு 'விநாயகன்' என்று பெயரிட்டார் சிவபெருமான். தேவியை அழைத்து அக்குழந்தையைக் காட்டினார். உமாதேவியும் மகிழ்ந்து குழந்தையைக் கட்டி அணைத்து, 'உன்னைப் பக்தியுடன் வணங்குபவர்களின் விக்னத்தை நீக்குவாயாக' என்று ஆசீர்வதித்தாள். 'சிவகணங்கள் அனைத்திற்கும் தலைவனாக இருப்பாய்' என்று சிவன் வாழ்த்தினார். அதனால் விநாயகர், 'கணபதி' என்றும், 'கணேசன்' என்றும் அழைக்கப்பட்டார்.

சண்ட முண்ட வதம்

காசியப முனிவர், தனு என்ற தைத்தியப் பெண்ணை மணந்து சும்பன், நிசும்பன், நமுசி என்ற மூன்று ராட்சதர்களைப் பெற்றார். அவர்கள் மூன்று பேரும் பலசாலிகளாக விளங்கினார்கள். அவர்கள் பரமனை நோக்கி தவம் செய்து பல வரங்களைப் பெற்றனர். இதனாலேயே ஆணவம் கொண்டு அடிக்கடி தேவர்களுக்குத் தொல்லை கொடுத்து வந்தனர். ஒருமுறை அரக்கன் நமுசியைக் கொல்வதற்கு இந்திரன் தனது வஜ்ராயுதத்தை எடுத்தான். நமுசி சூரியனுடைய ரதத்தில் பதுங்கிக்கொண்டான்.

'நமுசியை ஈரமான பொருளால் கொல்வேனே தவிர ஆயுதத்தால் கொல்ல மாட்டேன்!' என்று சொல்லிவிட்டு இந்திரன் சென்று விட்டான். இதைக் கேட்ட நமுசி வெளியில் வந்து, தனக்கு சாவு இல்லை என்று எண்ணி நீராடச் சென்றான். தண்ணீரில் உள்ள நுரையைப் பார்த்த நமுசி, 'இதுவும் ஈரமான பொருள்தானே! இப்போது தேவேந்திரன் என்னைக் கொல்ல முடிந்தால் கொல்லட்டும்' என்று அதைத் தன்மேல் பூசிக்கொண்டான். அங்கு வந்த இந்திரன் உடனே தனது வஜ்ராயுதத்தை அனுப்பி அவனைக் கொன்றான்.

இதைக் கண்ட சும்ப நிசும்பர்கள் தேவர்களுடன் போரிட்டு இந்திரனின் யானையாகிய ஐராவதம், அவனது குதிரையான

உச்சஸ்ரவம், பாரிஜாத மரம் முதலியவற்றைத் தங்களுக்குச் சொந்த மாக்கிக்கொண்டனர். இந்திரலோகத்தைக் கைப்பற்றிக்கொண்டு மூன்று உலகங்களையும் ஆட்சி செய்து வந்தனர். இந்நிலையில் தேவியால் கொல்லப்பட்ட மகிஷாசுரனின் மந்திரிகளான ரக்தபீஜன், சண்ட, முண்டர்கள் ஆகிய மூவரும் சும்ப, நிசும்பர்களுடன் சேர்ந்து தேவர்களைக் கொடுமைப்படுத்தினர்.

இந்நிலையில் மகிஷாசுரனைக் கொன்ற காத்யாயனி தேவியை சும்பனுக்கு மணம் செய்து வைக்க சண்ட, முண்டர்கள் முடிவு செய்தனர். அவர்கள் சும்ப, நிசும்பர்களைச் சந்தித்து, 'அரசே, நீங்கள் சகல செல்வங்களையும் அடைந்து விட்டீர்கள். தங்களுக்கு ஏற்ற ஒரு அழகான பெண்ணைப் பார்த்தோம். அவளை நீங்கள் மணம் செய்து கொண்டால், நீங்கள் அடைய வேண்டியது வேறு ஒன்றும் இருக்காது' என்று கூறினர்.

இதைக் கேட்ட சும்பன் மகிழ்ந்து, 'நீங்கள் அவளிடம் சென்று என்னைப் பற்றி எடுத்துக் கூறி, நான் அவளை மணக்கத் தயாராக இருப்பதையும் தெரிவித்து விட்டு வாருங்கள்' என்றான். சண்டனும், முண்டனும் அம்பிகையிடம் சென்று சும்பனின் பெருமைகளை எடுத்துச் சொல்லி, அவன் அவளை மணக்கத் தயாராக இருப்பதையும் தெரிவித்தனர். அம்பிகையின் சம்மதத்தையும் கேட்டனர். அம்பிகை சிரித்துக்கொண்டே, தன்னைப் போரில் வெல்பவரையே தான் மணக்க இருப்பதாகத் தெரிவித்தாள்.

சண்டனும், முண்டனும் அரசனிடம் வந்து நடந்ததைத் தெரிவித்தனர். ஒரு பெண்ணுக்கு இவ்வளவு ஆணவமா என்று கோபம் கொண்ட சும்பன், தூம்ராக்ஷனை அழைத்து, அம்பிகையைத் தூக்கி வரச்சொன்னான். அம்பிகை அவனை தனது ஹூங்காரத்தால் சாம்பலாக்கினாள். சண்ட, முண்டர்கள் பெரும் படையுடன் வந்து காத்யாயனியை எதிர்த்தனர். தேவி தனது வாகனமாக சிம்மத்தை அனுப்பி அரைக் கணத்தில் அசுரர் படையை அழித்தாள்.

தேவியின் புருவத்திலிருந்து சண்டமாரி என்பவள் தோன்றி எருமையின் கொம்பை முறித்து அதைக் கையில் ஏந்தி சண்ட, முண்டர்களைத் விரட்டினாள். வழியில் இவளைக் கண்டு பயந்த கருடனின் இறக்கைகள் உதிர்ந்தன. அந்த இறக்கைகளை மாலையாகத் தொடுத்து அணிந்துகொண்டாள். கார்க்கோடகன் என்ற பாம்பை கயிறாகக் கொண்டு சண்ட, முண்டர்களைக் கட்டி இழுத்து வந்தாள் சண்டமாரி. அம்பிகை அவர்களுடன் போரிட்டு அவர்கள் தலையை வெட்டி மாலையாக அணிந்துகொண்டாள். சண்ட, முண்டர்களை அழித்ததால் அவள் 'சண்டி' என்றும் 'சாமுண்டி' என்றும் அழைக்கப்பட்டாள்.

சும்ப, நிசும்பர், முப்பது கோடி சேனைகளுடன் ரக்தபீஜனைப் போருக்கு அனுப்பி வைத்தனர். அம்பிகை தனது சக்தியால், வைஷ்ணவி, வாராஹி, நரஸிம்ஹி, இந்திராணி, கெளமாரி, மகேஸ்வரி முதலிய சக்திகளைத் தோன்றச் செய்து சேனைகளை அழித்தாள்.

ரக்தபீஜன் மிகுந்த கோபம் கொண்டு அவளை எதிர்த்தான். அம்பிகை அவனைத் தனது பாணங்களால் தாக்கினாள். அப்போது ரக்தபீஜனது உடலிலிருந்து ரத்தம் கீழே விழுந்து அந்த ரத்தத் துளிகளிலிருந்து புதிய ராட்சசர்கள் உண்டானார்கள். உடனே அம்பிகை, காளியை அழைத்து அந்த ரத்தத் துளிகளை எல்லாம் கீழே விழுவதற்கு முன்பாகவே குடித்து விடச் சொன்னாள். காளி அதன்படியே செய்ய இறுதியில் ரக்தபீஜன் மாண்டான்.

சும்ப நிசும்ப வதம்

இந்த நிலையில் சும்ப, நிசும்பர்கள் பெரும் படையுடன் போருக்கு வந்தனர். அம்பிகையின் வீரதீரப் போரைக் காண வந்த சிவபெருமானை, அம்பிகை சும்பனிடம் தூது அனுப்பினாள். சும்பனிடம் சென்ற சிவன், 'உனது படைகளும் தளபதிகளும் அழிந்ததைப் பார்த்தாய் அல்லவா? நீ அம்பிகையை வெல்ல முடியாது. எனவே, சண்டையிடுவதை நிறுத்திக்கொள்' என்று கூறினார். ஆனால் ஆணவத்தினால் சும்ப, நிசும்பர்கள் அதை மறுத்து விட்டனர்.

சிவபெருமான் திரும்பி வந்து தனது சமாதானத் தூது தோற்று விட்டதை அம்பிகையிடம் தெரிவித்தார்.

போர் தொடங்கியது. நிசும்பனும் சும்பனும் ஆக்ரோஷத்துடன் அம்பிகையை எதிர்த்துத் தாக்கினார்கள். அம்பிகை நிசும்பனின் வாளையும் கேடயத்தையும் வெட்டி வீழ்த்தினாள். பின் அவன் எய்த சக்தி ஆயுதத்தை தன் சக்ராயுதத்தால் வீழ்த்தினாள். அம்பிகையின் அம்புகளால் தாக்கப்பட்டு நிசும்பன் நினைவிழந்து கீழே சாய்ந்தான். நிசும்பன் கீழே நினைவிழந்து வீழ்ந்ததைப் பார்த்த சும்பன் மிகுந்த கோபத்துடன் தேவியைக் கொல்ல ஓடினான்.

தேவி தன் சங்க நாதத்தை எழுப்பி, பேரிடி முழக்கத்துடன் வில்லின் நாணை இழுத்தாள். சும்பன் 'உக்ரதிப்தி' என்ற கொடிய ஆயுதத்தை எய்தான். ஆனால் அம்பிகை ஏவிய 'மஹோல்கனாம்னி' என்னும் ஆயுதம் சும்பனின் ஆயுதத்தைப் பொடிப்பொடியாக்கியது. சினம் கொண்ட அசுரன் அம்புகளை மழையாகப் பொழிந்தான். அத்தனை யையும் அழித்த அம்பிகை, தனது திரிசூலத்தினால் சும்பனைத்

தாக்கினாள். சும்பன் நினைவிழந்து கீழே வீழ்ந்தான். சிறிது நேரம் கழித்து சும்பன் எழுந்து தேவியை அம்புகளால் மீண்டும் தாக்கினான். அம்பிகை அவை அனைத்தையும் அழித்தாள்.

இதற்கிடையில் நிசும்பன் நினைவு பெற்று எழுந்து, தனது திரிசூலத்தால் தேவியைத் தாக்கினான். தேவி தன் திரிசூலத்தால் அவன் மார்பைப் பிளந்தாள். இறந்த நிசும்பனின் உடலிலிருந்து மற்றொரு அசுரன் வெளிப்பட்டான். அவனையும் அம்பிகை கொன்றாள். தேவியின் வாகனமான சிம்மம், இறந்த அனைத்து அசுரர்களையும் விழுங்கிவிட்டது. இதைக் கண்ட சும்பன் வெகுண்டு எழுந்தான். 'மற்றவர்களிடம் பெற்ற சக்தியைக் கொண்டு பெருமை கொள்ளாதே' என்று தேவியிடம் ஆவேசமாகக் கூறினான். தேவியும் அதற்கு 'அசுரனே, இந்தப் பிரபஞ்சத்தின் சக்தியே நான்தான்; நானே காரணன்; நானே காரியம்; எல்லாத் தெய்வங்களும் என்னுள் அடக்கம்' என்று சொன்னாள்.

அடுத்த விநாடியே பல தெய்வங்களிலிருந்து உருவான தேவதைகள் அனைத்தும் சண்டி தேவிக்குள் சங்கமமாயின. இதைக் கண்டு கடும்கோபம் கொண்ட சும்பன் அம்பிகையைக் கடுமையாகத் தாக்கினான். இருவருக்கும் இடையே பயங்கரமான சண்டை நிகழ்ந்தது. சும்பன் தன் அம்புகளால் தேவியின் உடலை மூடினான். சண்டி அவை அனைத்தையும் அழித்தாள். சும்பன் எய்த சக்தி ஆயுதத்தை, தன் சக்கர ஆயுதத்தால் அழித்தாள். சும்பன் தனது வாளை உருவிக் கொண்டு பாய, தேவி அவன் வாளையும் கேடயத்தையும் அழித்தாள். சும்பன் வீசிய தண்டாயுதத்தையும் துண்டு துண்டாக்கினாள்.

அனைத்து ஆயுதங்களையும் இழந்த சும்பன் திடீரென ஆகாயத்தில் பறந்தான். தேவியும் அவனைப் பின்தொடர்ந்தாள். அங்கே இருவரும் பலத்த சண்டையிட்டனர். முடிவில் அவனைத் தரையில் தள்ளி தனது தண்டாயுதத்தால் சும்பன் மார்பைப் பிளந்தாள் அம்பிகை. அலறியபடி உயிர் துறந்தான் சும்பன்.

சும்பன் இறந்ததைக் கண்ட கந்தர்வர்களும், தேவாதி தேவர்களும், அப்ஸரஸ்களும் மகிழ்ச்சி அடைந்தனர்; மலர்மாரி பொழிந்தனர். தேவலோகம் முழுவதும் 'சாந்தி! சாந்தி' என்ற ஒலி முழக்கம் எதிரொலித்தது. இந்திரன் தலைமையில் எல்லா தேவர்களும் சண்டி தேவியின் முன் வந்து தேவியைப் போற்றிப் புகழ்ந்தனர்.

'ஓ தேவியே, எங்களுக்குக் கருணை காட்டு! இந்த உலகத்தைக் காப்பாயாக. ஏனெனில் நீதான் இந்தப் பிரபஞ்சத்தின் கடவுள். இந்தப் பூமியின் வடிவமாகத் தோன்றினாய். ஜீவராசிகளுக்கும் ஒளியூட்டுபவள்

நீயே; நீதான் படைக்கிறாய், காக்கிறாய், அழிக்கிறாய். நீதான் பிரம்மணி, மஹேஸ்வரி, கௌமாரி; எங்களை அசுரர்களிடமிருந்து காத்ததற்காக உன்னை வணங்குகிறோம். எல்லா அழிவுகளிலிருந்தும் எப்போதும் எங்களைக் காக்கவேண்டும்!' என்று இந்திராதி தேவர்கள் தேவியைப் போற்றித் துதித்தனர். அம்பிகை மனம் மகிழ்ந்து அவர்களுக்கு வேண்டிய வரம் யாது என்று வினவ, அதற்கு தேவர்கள் 'எங்களின் எல்லாதடைகளையும் நீக்கவேண்டும்; எங்களின் விரோதிகளை அழிக்கவேண்டும்!' என்று வேண்டினர்.

'வைவஸ்வத மன்வந்தரத்தில் சும்பனையும் நிசும்பனையும் கொல்வதற் காக நான் நந்தகோபருடைய மனைவி யசோதையின் வயிற்றில் குழந்தையாகப் பிறப்பேன். பின்னர் வைப்ராச்சிதன் என்ற கொடுமை யான அசுரனைக் கொல்வேன். நூறு ஆண்டுகள் கழித்து நூறு கண்கள் கொண்டு 'ஷடாக்ஷி' என்ற பெயருடன் தோன்றுவேன். பின்னர் பஞ்சம் வரும் காலத்தில் ஷாகம்பரியாக மறு அவதாரம் எடுத்து உலகில் உள்ள எல்லா உயிரினங்களையும் பாதுகாப்பேன். அப்போது தோன்றி மக்களைத் துன்புறுத்தும் 'துர்கம்' என்னும் அசுரனைக் கொல்வேன். தேனி வடிவம் எடுத்து மூன்று உலகங்களுக்கும் தொல்லை கொடுத்துக் கொண்டிருக்கும் 'அருண்' என்னும் அசுரனைக் கொல்வேன். இதனால் நான் 'ப்ரமாரி' என்று அழைக்கப்படுவேன். அசுரர்கள் தோன்றும்போதெல்லாம் நான் தோன்றி அவர்களை அழிப்பேன்!' என்று தேவர் களுக்கு தேவி அருளினாள்.

தொடர்ந்து, 'என்னை வணங்குபவரின் பாதையில் வரும் அனைத்துக் கஷ்டங்களையும் போக்குவேன், சும்பன், நிசும்பன், மகிஷாசுரன் முதலான அசுரர்களை நான் வதம் செய்த கதைகளை எந்த மாதத்திலும் எட்டாவது, ஒன்பதாவது, பதினான்காவது நாளில் ஒருவர் படித்தால், அவரின் வறுமையையும் பாவங்களையும் போக்குவேன். அவன் அச்சப்படமாட்டான். வழிபாடு நடத்துதல், யாகம் செய்தல், பலியிடுதல் போன்ற விழாக் களில் என் கதைகளைப் படித்தால், படிப்பவரின் விரோதிகள் அழிக்கப்படுவார்கள். ஆபத்துக் காலங்களில் என்னை நினைப்பவர்கள் காக்கப்படுவார்கள்!' என்றும் சண்டிதேவி அருளி மறைந்தாள்.

10

குமார ஜனனம்

சிவபெருமானது தேஜஸை ஐயாயிரம் ஆண்டுகள் சுமந்துகொண்டிருந்த அக்னியின் உடல் ஒளி இழந்து நலிந்தது. அவன் தேவர்களை தன்னுடன் அழைத்துக் கொண்டு சத்யலோகம் சென்று பிரம்மனிடம் சொல்லி விடுபட வழி கேட்டான்.

பிரம்மா, 'பார்வதியின் சகோதரி குடிலா என்பவள் ஏற்கெனவே சிவனது சக்தியை வேண்டி இதற்காகத் தவம் செய்தாள். எனவே, இதுநாள்வரை நீ சுமந்த சக்தியை அவளிடம் சென்று கொடுத்துவிடு!' என்று அக்னி தேவனுக்கு வழிகாட்டினார். அதுபோலவே, அக்னி சிவசக்தியை குடிலையிடம் கொடுத்தான். அதுநாள் வரை சிவனது ஒளியைச் சுமந்திருந்ததால் அக்னியின் உடலெல்லாம் தங்கமயமானது.

அதன் பின்னர் குடிலை ஐயாயிரம் ஆண்டுகள் சிவனது தேஜஸைச் சுமந்தும் குழந்தை பிறக்கவில்லை. அவள் பிரம்மதேவனை அணுகி இதைத் தெரிவித்தாள். அவர், 'கதிரவன்

தோன்றும் உதயகிரிக்குச் சென்று அங்கு நூறு யோசனை தூரம் அளவு பெரியதாக உள்ள சரவணப் பொய்கையில் அதை விட்டுவிடு!' என்றார். அவளும் அவ்வாறே செய்ய, அங்கிருந்த புல் பூண்டுகளும், செடி, கொடிகளும் தங்கமயமாக மாறின.

சரவணப் பொய்கையில் விடப்பட்ட சிவனது தேஜஸானது ஆயிரம் ஆண்டுகள் கழித்து கோடி சூரியப் பிரகாசத்துடன் கூடிய ஒரு குழந்தை யாக மாறியது. கால் கட்டை விரலை வாயில் வைத்துக்கொண்டு அழுதது. தற்செயலாக அங்கு வந்த ஆறு கார்த்திகைப் பெண்கள் இக்குழந்தைக்கு பால் கொடுக்கத் தங்களுக்குள் போட்டி போட்டனர். இதைக் கண்ட கருணைக் கடவுளான குமரக் கடவுள், ஆறுமுகம் கொண்டு ஆறுபேரிடமும் பால் அருந்தினார்.

பிரம்ம தேவன் அக்னியை அழைத்து, குழந்தையைப் பற்றி விசாரித்தார். அதற்கு அக்னி, குழந்தை பிறந்தால்தானே அதைப்பற்றிச் சொல்ல முடியும் என்றார். சரவணப் பொய்கையில் சுப்ரமணியர் பிறந்ததை சதுர்முகன் அக்னியிடம் கூறினார். இதைக் கேட்ட அக்னி தேவன் குழந்தையைக் காண ஓடினார். வழியில் இவரைக் கண்ட குடிலை, எங்கு இவ்வளவு வேகமாகச் செல்கிறீர்கள் என்று வினவ, அக்னி விவரத்தைக் கூறினார். குடிலை மகிழ்ந்து, 'என் மகன் பிறந்து விட்டானா!' என்று கேட்டு அவளும் சரவணப் பொய்கைக்கு விரைந்தாள்.

அக்னியும் குடிலையும் 'அந்தக் குழந்தை தனது மகன்!' என்று சண்டையிட்டனர். அங்கிருந்த கார்த்திகைப் பெண்களும் சரவணப் பொய்கையும் அவன் தமது மகன் என்று கூறினர். அங்கு வந்த பார்வதி தேவி அக்குழந்தை தனது மகன் என்றார். இதற்குத் தீர்வு காண அனைவரும் பரமேஸ்வரனைப் பிரார்த்தித்தனர். அங்கு தோன்றிய சிவன், 'அவன் என் மகன்!' என்றார். அனைவரும் திகைத்தனர். சிவபெருமானது அருளால் குழந்தை ஆறு உருவம் எடுத்து அறுவரிடமும் சென்றது. அனைவரும் குழந்தையை அணைத்து முத்தமிட்டனர்.

அப்போது சிவபெருமான், அக்னி சுமந்ததால் இக்குழந்தை மகாஸேனன் என்று பெயர் பெறுவான். கார்த்திகைப் பெண்கள் குழந்தைக்குப் பால் கொடுத்ததால் இவன் 'கார்த்திகேயன்', குடிலை சக்தியைச் சுமந்ததால் 'குமரன்', கௌரியின் மூலமாகத் தோன்றியதால் 'ஸ்கந்தன்', சரவணப் பொய்கையில் இருந்ததால் 'சரவணன்', எனது புதல்வனானதால் 'குகன்' என்று பெயர் சூட்டினார். இந்த அறுவரின் சம்பந்தம் இருந்தாலும், ஆறு குழந்தையாக மாறியதாலும் 'ஷண்முகன்' என்ற பெயர் ஏற்பட்டது. ஆறு குழந்தை மீண்டும் ஒரே குழந்தையானது.

குழந்தை வளர்ந்து உரிய காலம் வந்ததும் முருகப் பெருமானைத் தங்களுக்குச் சேனாதிபதியாக பட்டாபிஷேகம் செய்ய தேவர்கள் ஈசனை வேண்டினர். அமரர்களின் சேனாதிபதியாக குகன் பட்டம் சூட்டப்பட்டார். சிவபெருமான், கண்டாகர்ணன், லோஹிதாட்சன், நந்திசேனன், குமுதமாலி என்னும் நான்கு முக்கிய கணங்களை முருகனுக்குக் காணிக்கையாக அளித்தார். பிரம்மா, விஷ்ணு, இந்திராதி தேவர்கள் பல்வேறு காணிக்கைகளை சரவணபவனுக்கு அளித்தனர். கருடன் மயிலையயும் அருணன் கோழியையும் குமரனுக்கு அளித்தனர்.

தாருகாசுரன் வதம்

தாருகாசுரனை அழித்துத் தங்களைக் காக்கவேண்டுமென்று தேவர்கள் ஸ்கந்தப் பெருமானை வேண்டிக்கொண்டனர். சுப்ரமணியர் போர்க் கோலம் பூண்டு தாய் தந்தையரை வணங்கி தாருகாசுரனை அழிக்கப் புறப்பட்டார். வெற்றி முழுக்கங்களுடன் தேவர்கள் முருகப் பெருமானைப் பின் தொடர்ந்தனர். இந்த சப்தங்களைக் கேட்ட மகிஷாசுரன், தனது சகாக்களான விரோசனன், அந்தகன், கும்பன், நிகும்பன் போன்ற ராட்சதர்களை அழைத்து மந்திராலோசனை செய்தான்.

அச்சமயம் பாதாளகேது என்ற அரக்கன் பரபரப்புடன் அந்த அவைக்கு வந்தான். அவன் அவையினரை நோக்கி, 'நான் பன்றி வேடம் பூண்டு காலவ முனிவரின் ஆசிரமத்தை நாசம் செய்யச் சென்றேன். அப்பொழுது என் எதிரே ஒருவன் வில்லை ஏந்தி வந்தான். அவனை இதற்கு முன் நான் பார்த்ததில்லை. அவனைக் கண்டு நான் தென் சமுத்திரக் கரைக்கு ஓடினேன். அவன் என்னைத் துரத்திக்கொண்டு வந்தான்.

'சமுத்திரக் கரையில் ஒரு மாபெரும் சேனை கூடியிருக்கிறது. அங்கு உள்ளவர்கள், நான் மகிஷனைக் கொல்கிறேன், நான் அந்தகனைக் கொல்கிறேன், நான் தாருகனைக் கொல்கிறேன்' என்று முழங்கிக் கொண்டிருந்தனர். அதற்குள் என்னைத் துரத்தி வந்தவன் என்மீது பாணத்தை விட்டான். அது என்மீது படாமல் நான் அங்கிருந்து தப்பித்து இங்கு வந்து உங்களைச் சரணடைந்தேன்!' என்று தெரிவித்தான்.

இதைக் கேட்ட அந்தகாசுரன், இப்போதே சென்று அவர்களை அழிக் கிறேன் என்று தனது படையுடன் புறப்பட்டான். தேவர்களுக்கும், அசுரர்களுக்கும் கடும்போர் நிகழ்ந்தது. அமரர்கள் அசுரர்களைக் கொன்று குவித்தனர். இதைக் கண்ட மகிஷாசுரன் தனது சகோதரர் களுடன் போருக்கு வந்தான். தேவர்களைத் தனது கதாயுதத்தால் தாக்கிக் கொன்றான்.

கணங்களின் தலைவர்களுள் ஒருவனான சக்ராட்சன் என்பவன் அவனை மறித்து அவனுடன் போர் செய்தான். மகிஷாசுரன் தனது கதாயுதத்துடன் அவனை எதிர்த்தான். உடனே சக்ராட்சன் தனது சக்கரத்தை மகிஷனை நோக்கி வீசினான். அது மகிஷனின் கதாயுதத்தைப் பொடிப்பொடியாக் கியது. மகிஷாசுரன் ஆபத்தில் இருப்பதை அறிந்த ஆயிரம் கைகளைக் கொண்ட பாணாசுரன் என்னும் அசுரன் அவனுக்கு உதவி செய்வதற்கு வந்தான். பாணாசுரன் தனது 500 கரங்களால் சக்கரத்தையும், மீதமுள்ள 500 கரங்களால் சக்ராட்சனையும் இறுகப் பிடித்தான்.

சக்ராட்சன் தனது கையில் இருந்த கதாயுதத்தால் பாணாசுரனின் தலையில் ஓங்கி அடித்தான். வலிதாங்க முடியாமல் பாணாசுரன் அவனை விடுவித்தான். தனது படைகள் தோல்வியடைவதைக் கண்ட தாரகன் வாளை எடுத்துக்கொண்டு சண்டையிட வந்தான். அவன் துணிவுடன் போரிட்டு ஒரு சில நிமிடங்களில் கணங்களைத் தோற்கடித்தான். தாருகாசுரன் கையில் வாளுடன் கணங்களை விரட்டுவதைக் கண்ட சுப்ரமண்யர் தனது சக்தி ஆயுதத்தால் அவனை வதம் செய்தார்.

கிரௌஞ்ச வதம்

தனது சகோதரன் இறந்ததைக் கண்ட மகிஷன் பயந்து ஓடி கிரௌஞ்ச மலையில் சென்று பதுங்கிக்கொண்டான். பாணன் முதலான அசுரர்கள் பாதாள உலகம் சென்று மறைந்துகொண்டனர். குகன் தனது வாகனமான மயில்மீது ஏறி மகிஷனைப் பின்தொடர்ந்து கிரௌஞ்ச மலைக்குச் சென்றார். கிரௌஞ்சன் உமாதேவியின் சகோதரனான சுநாபன் என்னும் மலையின் மகன். எனவே, அங்கு மறைந்துள்ள மகிஷனை அழித்தால் தனது உறவினனான கிரௌஞ்சனுக்கு மனவருத்தம் உண்டாகும் என்று எண்ணிய ஸ்கந்தன் மகிஷனைக் கொல்லாமல் திரும்பினார்.

அப்போது மும்மூர்த்திகளும், இந்திராதி தேவர்களும் அங்கு வந்து மகிஷாசுரனைக் கொல்லும்படி குமரனைக் கேட்டுக்கொண்டனர். அதைக் கேட்ட காங்கேயன், 'பசு, பிராமணன், கிழவன், பாலகன், உறவினர், பெண்கள் போன்றோர் குற்றம் செய்தாலும் அவர்களைக் கொல்லக்கூடாதென சாஸ்திரங்கள் கூறுகின்றன. எனது ஸ்வபந்துவைக் கொல்லுவது நியாயமா? எனவே, கிரௌஞ்சனை நான் கொல்ல மாட்டேன். மகிஷன் வெளியில் வரும்போது அவனைக் கொல்வேன்!' என்றார்.

இந்திரன் குகனை வணங்கி, 'ஐயனே! பலரது நன்மைக்காக ஒருவனைக் கொல்வது நியாயம்தானே? எனது சகோதரனாக இருந்தாலும்

அரக்கனான நமுசியை நான் கொல்லவில்லையா? மகிஷனால் பல பேர் மாண்டுள்ளனர். எனவே அவனையும், அவனுக்கு அடைக்கலம் கொடுத்துள்ள கிரௌஞ்சனையும் கொல்வதில் தவறில்லை!' என்று வாதிட்டான்.

இதைக் கேட்ட ஷண்முகக் கடவுளுக்கு கோபம் வந்தது. இந்திரனை நோக்கி, 'என்னுடன் யுத்தத்திற்கு வா! நமது பலத்தை சோதிப்போம்!' என்று அழைத்தார். அதைக் கேட்ட இந்திரன், 'நமது பலத்தைச் சண்டையிட்டுச் சோதிக்க வேண்டாம். இந்த கிரௌஞ்ச மலையை நம் இருவரில் யார் முதலில் சுற்றி வந்து பிரதட்சிணம் செய்கிறோமோ, அவரே பலசாலி என்று முடிவு செய்யலாம்!' என்றான். இருவரும் விறுவிறுவென நடக்கத் தொடங்கி மலையை பிரதட்சிணம் செய்து விட்டு வந்து 'நான்தான் முதலில் வந்தது' என்று வாதிட்டனர்.

இருவரும் மும்மூர்த்திகளிடம் சென்று, 'எங்களில் யார் முதலில் சுற்றி வந்தது?' என்று கேட்டனர். அதற்கு மும்மூர்த்திகள், 'எங்களிடம் கேட்பதைவிட கிரௌஞ்ச மலையிடமே கேட்டுவிடுங்கள்!' என்றனர். எனவே அவர்கள் இருவரும் கிரௌஞ்சனை அழைத்து, இருவரில் யார் முதலில் சுற்றி வந்தது என்று வினவ, இந்திரன்தான் முதலில் வந்தான் என்று கிரௌஞ்சன் தெரிவித்தான். இதனால் கோபமடைந்த சுப்ரமண்யன் சக்தி ஆயுதத்தால் மகிஷாசுரனையும், கிரௌஞ்சனையும் கொன்றார். தேவர்கள் பூமாரி பொழிந்து சேனாதிபதியை வாழ்த்தி மகிழ்ந்தனர்.

தனது மகன் கொல்லப்பட்டு விட்டான் என்று அறிந்த சுநாபன் கோபம் கொண்டு குகனைக் கொல்ல ஓடி வந்தான். சுப்ரமணியன் அவனையும் கொல்ல தனது ஆயுதத்தை எடுத்தார். அப்போது மகாவிஷ்ணு குகனைத் தடுத்து, 'அவர் உனது மாமன், அவரைக் கொல்லாதே' என்றார். குமரன் அவரைக் கொல்லாமல் விடுத்து அவரது மகனைக் கொன்றதற்காக வருந்தினார். உபவாசம் இருந்து கிரௌஞ்சனைக் கொன்ற பாபத்தை அகற்றப்போவதாகத் தெரிவித்தார்.

மகாவிஷ்ணு குகனைத் தடுத்து, 'உபவாசம் இருக்கத் தேவையில்லை. பூவுலகத்தில் பிருதூதகம் என்னும் தீர்த்தம் உள்ளது. அது எல்லா பாபங்களையும் போக்க வல்லது. நீ அங்கு சென்று நீராடி மகேஸ்வரனை பூஜை செய்!' என்றார். குமரனும் அவ்வாறே பூவுலகம் வந்து பிருதூதக தீர்த்தத்தில் நீராடி சிவபூஜை செய்தார். கைலாசநாதன் உடனே தோன்றி, 'என்ன வரம் வேண்டும்?' என்று கேட்டார். அதைக் கேட்ட கார்த்திகேயன், 'ஐயனே! தங்களைப் போன்ற பலமுள்ளவனைக்

கூட அடக்கும் வரம் அளிக்க வேண்டும்!' என்று வேண்ட, அவ்வாறே ஆகுக! என்று மகேசன் வரமளித்து மறைந்தார்.

அந்தகன்

சூரிய வம்சத்தை ஆண்டுவந்த சத்ருஜித் என்னும் அரசனுக்கு ஒரு மகன் பிறந்தான். அவனுக்கு ரிதத்வஜன் என்று பெயரிட்டனர். அவன் பல வித்தைகளைக் கற்று பராக்கிரமசாலியாக விளங்கினான். தந்தை சத்ருஜித்தின் மறைவிற்குப் பிறகு ரிதத்வஜன் அரியணையை ஏற்று சிறப்பாக அரசாட்சி செய்துவந்தான். ஒருசமயம் காலவ ரிஷி ரிதத்வஜனைப் பார்க்க ஒரு குதிரையுடன் அவனது அரசவைக்கு வந்தார். அரசனும் அவரை வரவேற்று உபசரித்து 'தான் அவருக்குச் செய்யவேண்டிய உதவி என்ன?' என்று கேட்டான்.

காலவ ரிஷி அரசனை நோக்கி, 'அரசனே! பாதாளகேது என்னும் அசுரன் பன்றி உருவம் எடுத்து வந்து எங்கள் யாகங்களை அழிக்கிறான். பல முனிவர்களைக் கொன்றுவிட்டான். நாங்கள் அனைவரும் சென்று பகவானைச் சரணடைந்தோம். அவர் ஒரு குதிரையைக் கொடுத்து, 'இதை ரிதத்வஜனிடம் கொடுங்கள். அவன் இதன்மீது ஏறிச் சென்று அந்த அசுரனைக் கொல்வான்' என்று தெரிவித்தார். எனவே, நான் அதை உன்னிடம் கொண்டுவந்தேன்' என்றார்.

மேலும், 'இந்தக் குதிரை விச்வாவசு என்னும் கந்தர்வ அரசனால் அளிக்கப்பட்டது. அவனது பெண் மதாலஸையை இந்தப் பாதாளகேது தூக்கிச் சென்று பாதாள லோகத்தில் மறைத்து வைத்திருக்கின்றான். விச்வாவசு தனது மகளை மீட்டு வருவதற்காக, ஒரு பகலில் பதினாயிரம் யோஜனை தூரம் அளவு வேகமாக ஓடும் இந்த குதிரையைக் கொடுத்தான்!' என்று ரிதத்வஜனிடம் அந்தக் குதிரையைக் கொடுத்தார்.

ரிதத்வஜனும் முனிவரைப் பணிந்து அவரது ஆசிகளைப் பெற்று போருக்குப் புறப்பட்டான். அந்தக் குதிரையின்மீது ஏறி பாதாளகேது வைத் தேடிச் சென்றான். இறுதியில் பாதாளகேதுவைக் கண்டு பிடித்து அவனுடன் போர் புரிந்தான். ரிதத்வஜனின் பாணத்தால் காயமடைந்த பாதாளகேது அந்தகனிடம் ஓடிச் சென்று நடந்தவற்றைத் தெரிவித்தான். தன்மீது பாணத்தை எய்தவன் ரிதத்வஜன் என்னும் அரசன் என்றும் அவனைப் பழிவாங்க வேண்டுமென்றும் அந்தகனைக் கேட்டுக் கொண்டான்.

பெரும்பாலான அசுர்கள் சுப்ரமண்யனால் அழிக்கப்பட்டதால், தப்பித்த மீதமிருந்த அசுர சேனையுடன் அந்தகன் பாதாளலோகத்தை ஆட்சி செய்து வந்தான். ஒருநாள் அவன் தனது சகோதரன்

பிரகலாதனுடன் மந்திர மலைக்குச் சென்றபோது, அங்கு பார்வதி தேவியைக் கண்டு அவளை மணந்துகொள்ள விரும்பினான்.

இதைக் கேட்ட பிரகலாதன், 'அந்தகா! மோகத்தால் அறிவிழந்து பேசாதே! பிறர் மனைவிமீது ஆசை கொள்வது பாபம். பார்வதி சிவபெருமானின் மனைவி. அகில உலகத்துக்கும் ஜகன்மாதாவான அவளைப் பார்த்து இப்படி நினைக்கலாமா? அதனால் நீ உனது இந்தத் தீய எண்ணத்தை மாற்றிக் கொள்!' என்றான்.

ஆனால் காமவசத்தால் பீடிக்கப்பட்ட அந்தகன், பிரகலாதனின் உபதேசங்களைக் கேளாமல் பார்வதி தேவி இருக்குமிடம் சென்றான். அவனைத் தடுத்த நந்தியைத் தனது கதாயுதத்தால் அடித்து மயக்கமடையச் செய்தான். அந்தகன் வருவதை அறிந்த உமை, தன்னைப் போல் தோற்றம் தரக்கூடிய நூறு உருவமெடுத்து நின்றாள். அங்கு வந்த அந்தகன், இவர்களில் யார் உண்மையான பார்வதி என்று தெரியாமல் திகைத்து நின்றான். அச்சமயம் பார்வதி ஓர் ஆயுதத்தால் தாக்கி அவனை மூர்ச்சையுறச் செய்தாள்.

தான் படைத்த நூறு உருவங்களையும் பூமியில் நதி, தடாகங்களில் வசிக்கும்படி உத்தரவிட்ட உமாதேவி, பின் அசுர சேனைகளோடு போரிட்டு அவர்களை அழித்துவிட்டு மறைந்தாள். மூர்ச்சை தெளிந்து எழுந்த அந்தகன் தனது படைகள் அழிந்து கிடந்ததைக் கண்டு வருத்தமுற்று, பார்வதியைக் காணாமல் ஏமாற்றத்துடனும் அவமானத்துடனும் பாதாளலோகம் சென்றான். அங்கு இரவும் பகலும் பார்வதியை நினைத்து மற்றவைகளை மறந்து காமவெறியால் தவித்து வந்தான்.'

இவ்வாறு புலஸ்தியர் சொல்லிவர, அவரை இடைமறித்த நாரதர், 'அன்னையிடம் தகாத முறையில் அந்தகாசுரன் நடந்துகொண்ட போது பரமேஸ்வரன் எங்கு சென்றார். அவர் அங்கு இல்லாததற்கான காரணம் என்ன?' என்று வினவினார்.

கேதாரம்

அதற்கு புலஸ்தியர் இவ்வாறு சொன்னார்.

'சுப்ரமண்யன் அவதாரத்திற்காக சிவபெருமான் அன்னையுடன் ஆயிரம் ஆண்டுகள் ஏகாந்தமாக இருந்த காரணத்தால் அவரது சக்தி சற்றுக் குறைந்தது. சிவபெருமான் தனது கடமையை மறந்த காரணத்தால் உலகமெங்கும் நிலையற்ற தன்மை உருவானது.

அதனால் இழந்த சக்தியை மீண்டும் பெறுவதற்காக தவம் செய்ய எண்ணினார்.

இதையறிந்த உமை கவலையடைந்தாள். ஆனாலும் சிவனது முடிவுக் கான காரணங்களை அறிந்து ஆறுதல் அடைந்தாள். நந்தியை பார்வதிக்குக் காவலாக வைத்துவிட்டு சிவபெருமான் தவம் செய்யச் சென்றார். சில காலம் மரங்களின் அடியிலும், சில காலம் மலைச் சிகரங்களிலும், சில காலம் நதிகளின் கரையிலும் தவம் செய்தார். ஆரம்பத்தில் அவர் கிழங்குகளையும் கனிகளையும் மட்டும் உண்டு தவம் செய்தார். பின்னர் காற்றை மட்டும் உட்கொண்டு பலகாலம் தவம் செய்தார்.

பல்லாண்டுகள் கழித்து அவரது தலையிலிருந்து அக்னி ஜுவாலை தோன்றியது. சிவபெருமானது தவத்தால் மந்திரமலை பிளந்து பூமி மட்டத்திற்கு வந்துவிட்டது. அந்த இடத்துக்கு சிவன் 'கேதாரம்' என்று பெயரிட்டார். அங்கிருந்து ஒரு நதி உருவானது. அந்த நதியில் நீராடி, முறைப்படி பித்ரு காரியங்களைச் செய்பவர்கள் கைலாயம் செல்வார்கள் என்று சிவபெருமான் அருளினார்.

பின்னர் சிவபெருமான் யமுனை நதியில் நீராடி ஜபம் செய்தார். அங்கிருந்து சரஸ்வதி நதிக்குச் சென்று அதில் மூழ்கி நின்று ஒன்றரை ஆண்டுகள் தவம் செய்தார். அதனால் அந்தகாசுரன் மந்திர மலைக்கு வரும்போது சிவபெருமான் அங்கு இல்லை' என்று தெரிவித்தார்.

சிவபெருமானின் கடும் தவத்தால் ஏழு உலகங்களும் நடுங்கின. மலைகள் அசைந்தன. சமுத்திரங்கள் பொங்கின. வானத்திலிருந்து நட்சத்திரங்கள் கீழே விழுந்தன. இதைக் கண்ட பயந்த தேவர்கள் பிரம்மலோகம் சென்று தஞ்சம் அடைந்தனர். பிரம்மா நடந்தவற்றை அறிந்து தேவர்களுடன் வைகுண்டலோகம் சென்று பகவான் விஷ்ணுவை தரிசித்தனர். அவருக்கும் காரணம் தெரியவில்லை. அனைவரும் கிளம்பி மந்திர மலைக்குச் சென்றனர்.

இதைக் கேட்ட நாரதர், 'பகவானுக்கு 'முராரி' என்ற திருநாமம் எப்படி ஏற்பட்டது?' என்று கேட்டார்.

11

முராசுரன் வதம்

காசியப முனிவருக்கும் தைத்திய குலத்தைச் சேர்ந்த தனுவுக்கும் பிறந்தவன் முரன். அசுர குலத்தைச் சேர்ந்தவனாதலால், தனது முன்னோர்களைக் கொன்ற தேவர்களை வெல்வதற்காக அவன் பிரம்மனை நோக்கிக் கடும்தவம் செய்தான். முரனுடைய தவத்தை மெச்சி அவன் முன் தோன்றிய பிரம்மதேவன், 'என்ன வரம் வேண்டும்?' என்று கேட்டார். அதற்கு முரன், 'போர்க்களத்தில் என் கையால் நான் யாரைத் தொட்டாலும் அவர் இறக்க வேண்டும்!' என்று வரம் கேட்டான். பிரம்மனும் அவன் கேட்ட வரத்தை அளித்து மறைந்தார்.

வரம் பெற்ற முரன் இந்திரலோகம் சென்று இந்திரனைப் போருக்கு அழைத்தான். பிரம்மனிடம் இவன் வரம் பெற்றிருந்ததை அறிந்த இந்திரன், அங்கிருந்து மறைந்து பூலோகம் சென்று காளிந்தி நதிக்கரையில் ஒரு நகரத்தை அமைத்துக்கொண்டு அங்கு வாழ்ந்து வந்தான். இந்திரன் சென்று விட்டதை அறிந்த முராசுரன்

அங்கிருந்த ஐராவதத்தையும் வஜ்ராயுதத்தையும் எடுத்துக்கொண்டு திக்விஜயத்திற்கு கிளம்பினான். இந்திரன் ஓடி விட்டதை அறிந்து பாதாள லோகத்தில் உள்ள அசுரர்கள் அனைவரும் முரனிடம் வந்து சேர்ந்தனர். முரன் மூன்று உலகத்தையும் ஆண்டுவந்தான்.

ஒருசமயம் சரயூ நதிக்கரையில் சூரிய வம்சத்தைச் சேர்ந்த ரகு என்னும் அரசன் யாகம் செய்துகொண்டிருந்தான். இதை அறிந்த முரன் அவனிடம் சென்று, 'யாகத்தில் தேவர்களுக்கு அவிர்பாகம் செய்வதாக இருந்தால் என்னோடு போர் செய்' என்று யுத்தத்திற்கு அழைத்தான். இதைக் கேட்ட அரசன் தனது குலகுருவான வசிஷ்டரைச் சரணடைந்தான்.

வசிஷ்டர் முரனிடம் வந்து, 'மனிதர்களுடன் போரிட்டு வெற்றி பெற்றால் உனக்குப் பெருமை இல்லை. உனக்கு இணையான வலிமை உள்ளவர்களுடன் மட்டுமே நீ போரிடவேண்டும். எனவே, எல்லா உயிர்களையும் கொல்லும் யமனுடன் சண்டையிட்டு வெற்றி பெற்றால் அதுவே சிறந்த வெற்றி!' என்றார்.

இதைக் கேட்ட முராசுரன் உடனே அங்கிருந்து புறப்பட்டு யமலோகம் சென்றான். முராசுரன் வருவதை அறிந்த யமன் தனது வாகனத்தில் ஏறி வைகுண்டலோகம் சென்று மகாவிஷ்ணுவை சரணடைந்தான். விஷ்ணு யமனைச் சாந்தப்படுத்தி, 'முராசுரன் உன்னைத் தேடி வந்தால் அவனை என்னிடம் அனுப்பு!' என்று கூறினார்.

யமனும் முரனிடம் வந்து, 'முராசுரா! உன்னுடன் யுத்தம் செய்யும் அளவுக்கு எனக்குப் பலமில்லை. உயிர்களை நான் கொல்லா விட்டால் என் கடமையைச் செய்யாததற்காக வைகுண்டநாதன் என்னைத் தண்டிப்பார். என்னைவிடப் பலசாலியான அவருடன் நீ யுத்தம் செய். உனக்காக அவர் காத்துக்கொண்டிருக்கிறார்!' என்று கூறினான்.

அதைக் கேட்ட முராசுரன், 'சரி, வைகுண்டநாதன் இருக்கும் இடத்தைக் கூறு. அவனை வென்று வருகிறேன்!' என்று கூற, வைகுண்டலோகத்தில் இருப்பதாக யமன் பதிலளித்தான்.

முராசுரன் அங்கிருந்து கிளம்பி வைகுண்டலோகம் சென்றான். அவனைக் கண்ட விஷ்ணு, 'யார் நீ? இங்கு எதற்கு வந்திருக்கிறாய்?' என்று கேட்டார்.

'உன்னிடம் சண்டையிடுவதற்கு வந்துள்ளேன். என்னுடன் சண்டையிடு அல்லது சரணடைந்துவிடு!' என்று முரன் கோபாவேசத்துடன் கூறினான். இதைக் கேட்டுச் சிரித்த பகவான், 'நீ வீரன் என்றால் உன்

மார்பு ஏன் வேகமாகத் துடிக்கிறது? என்னிடம் பயமா? பயந்து போயிருக்கும் உன்னுடன் நான் சண்டையிட விரும்பவில்லை!' என்று கூறினார்.

அதற்கு அசுரன், 'எனக்குப் பயமில்லை, என் மார்பு துடிக்க வில்லையே!' என்றான். இதைக் கேட்ட பகவான், 'உனக்குச் சந்தேகம் இருந்தால் நீயே தொட்டுப் பார்!' என்றார். வாங்கிய வரத்தை மறந்து முராசுரன் தன் மார்பில் கை வைத்தவுடன் இறந்து போனான். தேவர்கள் மகிழ்ந்து மகாவிஷ்ணுவைப் போற்றித் துதித்தனர். தேவேந்திரன் மீண்டும் இந்திர பதவி பெற்றான். முராசுரனைக் கொன்றதால் அன்று முதல் பகவான் ஸ்ரீவிஷ்ணு 'முராரி' என்று போற்றப்பட்டார்.

எது நரகம்?

ஒரு சமயம் சனத்குமாரர் பிரம்மதேவனை நோக்கி, 'புத்திரனுக்கும் சிஷ்யனுக்கும் என்ன வேற்றுமை?' என்று கேட்டார். அதற்கு பிரம்மன், 'புந்நரகம் என்னும் பதினாறு நரகங்களிலிருந்து தந்தையைக் காப்பாற்றுபவன் 'புத்திரன்'. சேஷ நரகங்களிலிருந்து தனது குருவைக் காப்பவன் 'சிஷ்யன்' என்று விளக்கமளித்தார்.

நரகம் என்பது பதினாறு வகையாகப் பிரிக்கப்பட்டுள்ளது. பிறர் மனைவியைத் தீண்டுவது, பாவிகளுடன் சேருவது, குரூரமாக நடப்பது போன்றவை **முதல் நரகம்.**

பச்சை மரங்களை வெட்டுவது, பழங்களைத் திருடுவது, வீணாகத் திரிவது ஆகியவை **இரண்டாவது நரகமாகும்.**

தகாதவர்களிடம் தானம் வாங்குவது, பிராணிகளை கூண்டில் அடைப்பது, அவைகளைக் கொல்வது, தகுதியற்றவர்களுடன் மணம் செய்து கொள்வது போன்றவை **மூன்றாவது நரகம்.**

எல்லோரையும் பயமுறுத்துதல், தனது கடமையாகிய ஸ்வதர்மத்தைக் கைவிடுதல், பகவத்குண நிந்தை போன்ற செயல்களைச் செய்தல் **நான்காவது நரகம்.**

நண்பர்களிடம் வஞ்சகம் செய்தல், தேவையில்லாமல் ஒருவர் மேல் அபவாதம் சொல்லுதல், சுவையுள்ள உணவை தான் ஒருவன் மட்டும் புசித்தல் போன்றவை **ஐந்தாவது நரகம்.**

வண்டி மாட்டை அடித்தல், மற்றவர்களின் கால்நடைகளை அபகரித்தல், யோகத்தைக் கெடுத்தல், யாத்திரைக்கு வண்டியில் செல்லுதல் ஆகியவை **ஆறாவது நரகம்.**

அரசனுக்குரிய வரியைச் செலுத்தாமல் இருத்தல், அரசனுக்கு அவப்பெயர் உண்டாக்குதல், அரசகுலப் பெண்களைக் கெடுத்தல் போன்ற பாபங்களைச் செய்தல் **ஏழாவது நரகம்**.

லோபம் (பேராசை), பெண் லோலனாயிருத்தல், வாயிலிருந்து எப்போதும் நீரைப் பெருக்குவது **எட்டாவது நரகம்**.

வேதத்தைத் திருடுதல், பிராமணர்களை நிந்தை செய்தல், உறவினர் களைத் தூற்றுவது போன்றவை **ஒன்பதாவது நரகம்**.

சிஷ்டாசாரத்தைக் கெடுப்பது, அதை நிந்திப்பது, சிசுஹத்தி, சாத்திரத்தைத் திருடுதல் ஆகியவை **பத்தாவது நரகமாகும்**.

வேதநூல்களின் பகுதிகளை அழித்தல், பகவத் குணத்தை நிந்தை செய்தல் போன்றவை **பதினோராவது நரகம்**. சாதுக்களையும், சந்நியாசிகளையும் நிந்திப்பது, ஒழுக்கமில்லாமல் இருப்பது, ஆசாரத்திற்கு விரோதமான காரியங்களைச் செய்வது ஆகியவை **பன்னிரண்டாவது நரகம்**.

தர்மார்த்த காமங்களை விடுவது, ரகசியங்களை வெளியிடுவது ஆகியவை **பதின்மூன்றாவது நரகம்**. மற்றவர்கள் வீட்டிற்கு நெருப்பு வைத்தல், நெறிமுறைகளைக் கடைப்பிடிக்காமல் சந்நியாசம் மேற்கொள்ளுதல் போன்றவை **பதினான்காவது நரகம்**. அஞ்ஞானம், அன்பில்லாமை, பொய், பொறாமை ஆகியவை **பதினைந்தாவது நரகம்**. முரட்டுத்தனமும், கோபமும் **பதினாறாவது நரகம்**. இவற்றுக்கு 'புந்நரகம்' என்று பெயர். இந்தப் பதினாறு நரகங்களிலிருந்து சத்புத்திரன் தனது தந்தையைக் காப்பாற்றுவான். அதனால் புதல்வனுக்கு 'புத்திரன்' என்ற காரணப்பெயர் உண்டானது.

புத்திரன் - சிஷ்யன்

சாதுக்கள் தங்களது பித்ருக்களின் அருளை வேண்டிச் செய்யும் நற்காரியத்தைத் தடுப்பது, பிறரது பொருள்மீது ஆசை வைத்தல், மந்திர ஜபம் இல்லாமல் இருத்தல், குருவிடம் வாதம் புரிதல், தனது குறையை மறைத்துப் பிறரது குறையை வெளியிடுதல், பொறாமை, பிறரிடம் கடுமையாகப் பேசுதல், முரட்டுத்தனம் போன்றவை சேஷ பாபங்கள் எனப்படும். இவற்றிலிருந்து குருவைக் காப்பதால் சிஷ்யனுக்கு இந்தக் காரணப் பெயர் ஏற்பட்டது.

'தனது வயிற்றில் பிறந்தவன் ஔரஸ புத்திரன் அதாவது தனது கணவனுக்குப் பிறந்த புத்திரன். கணவன் ஆண்மையற்றவனாகவோ,

மனநிலை பாதிக்கப்பட்டிருப்பவனாகவோ இருந்தால், தனது கணவனின் சகோதரன் மூலமாக ஓர் குழந்தை பிறந்தால் அவன் சேத்ரஜன். ஆனால் கலிகாலத்தில் இது தவறு என்று தடுக்கப் பட்டுள்ளது. பெற்றோர் தனது புத்திரனை, குழந்தைகள் இல்லாத வேறொருவருக்குக் குழந்தையை தத்தம் கொடுத்தால் அவன் தத்தன்.

ஒரு பெண்ணுக்கு, தகப்பன் யார் என்று தெரியாமல் பிறக்கும் குழந்தை கூடஜன். கன்னியாக இருக்கும் பெண்ணுக்கு திருமணத்திற்கு முன்பே பிறக்கும் குழந்தை காரீனன். கர்ப்பத்தோடு திருமணம் செய்து கொண்டவளிடமிருந்து பிறந்தவன் சகோடஜன். இரண்டாவது திருமணம் செய்துகொண்டவளிடமிருந்து பிறந்தவன் பவுனர்பூ.

நண்பனது புத்திரனைத் தனது புத்திரன் போல் பாராட்டினால் அவன் கருத்ரிமன். அனாதையாக வெளியிலிருந்து கொண்டுவரப்படும் புதல்வன் அபவித்தன். பிராமணனுக்கும், நான்காம் வர்ணப் பெண்ணுக்கும் பிறந்தவன் பாரசவன். விலைக்கு வாங்கப்பட்டவன் க்ரீதன். ஔரஸனும் தத்தனுமே இந்தக் கலிகாலத்தில் சிறந்த புத்திரனாக விதிக்கப்பட்டிருக்கிறான்; இவ்வாறு பிரம்மதேவர் சனத்குமாரருக்கு எடுத்துரைத்தார்.

இதைக் கேட்ட சனத்குமாரர் தனது பெற்றோர்களான தர்மம், அகிம்சை இருவரையும் நினைத்தார். அவர்கள் தோன்றி சனத்குமாரரை, பிரம்மாவுக்கு தத்துப் புத்திரனாக அளித்தார்கள். பிரம்மா அவர்களுக்கு யோக தத்துவங்களைக் கூறி பகவானின் சொரூபத்தை விளக்கினார்.

பகவத் சொரூபம்

மகாவிஷ்ணு அவரது பன்னிரண்டு அட்சரமுள்ள 'ஓம் நமோ பகவதே வாஸ‌ு தேவாய' என்ற மந்திரத்திலும் இருக்கின்றார். சித்திரை, வைகாசி, ஆனி, ஆடி, ஆவணி, புரட்டாசி, ஐப்பசி, கார்த்திகை, மார்கழி, தை, மாசி, பங்குனி என்னும் பன்னிரண்டு மாதங்களிலும் இருக்கின்றார். மேலும் பன்னிரண்டு ராசிகளாகிய மேஷம், ரிஷபம், மிதுனம், கடகம், சிம்மம், கன்னி, துலாம், விருச்சிகம், தனுசு, மகரம், கும்பம், மீனம் ஆகியவற்றிலும் அவர் வசிக்கின்றார்.

பகவானை நமது உடம்பில் உள்ள சிகை, முகம், தோள், கண், இருதயம், மனம், நாபி, வித்யாஸ்தானம், ஜகனம், கால், முழங்கால், பாதம் முதலிய பன்னிரண்டு அவயங்களால் உபாசித்தால் நமக்கு மறுபிறவி கிடையாது. சிகையில் ஓங்கார வடிவமாக மேஷ ராசியில்,

வைகாசி மாதத்தில் இருப்பதாக உபாசிப்பது முதல் தளம். அதுபோல் ரிஷப ராசியில், ஆனி மாதத்தில், முகத்தில் நகார ரூபமாக இருப்பது இரண்டாவது தளம். பகவானின் இத்தகைய சொரூபத்திற்கு 'அவ்யக்த வாஸு-தேவன்' என்று பெயர்.

நான்கு வர்ணம் உள்ள முகங்களோடு இருப்பது இரண்டாவது சொரூபம். ஆயிரம் தலையுடன் படமெடுத்தாடி உலகத்தைச் சுமக்கும் ஆதிசேஷனாக இருப்பது மூன்றாவது சொரூபம். நான்கு முகங்களுடன், இரண்டு கைகளுமாக இருந்து உலகத்தைப் படைப்பது பகவானின் நான்காவது சொரூபமாகும். இவ்வாறு சதுர்முகன் சனத்குமாரருக்கு உபதேசம் செய்தார்.

ஒருமுறை உலகம் தனது நிலையிலிருந்து மாறிக் குலுங்கியது. இதைக் கண்டு அஞ்சிய இந்திராதி தேவர்கள் பிரம்மதேவனை சரணடைந்தனர். சதுர்முகன் தேவர்களுடன் சென்று மகாவிஷ்ணுவைத் தஞ்சமடைந்தார். அவருக்கும் காரணம் தெரியாமல் அனைவரும் சிவபெருமானைச் சரணடைய கைலாயம் சென்றனர். சிவபெருமான் அங்கு இல்லை. இதைக் கண்டு துயரமடைந்த தேவர்கள் மகாவிஷ்ணுவிடம், 'சிவபெருமான் எங்கே?' என்று கேட்டனர்.

இதைக் கேட்ட மாதவன், 'நீங்கள் பார்வதி தேவிக்குக் குழந்தை உண்டாகாமல் செய்த பாபத்தால், உங்களுக்கு பரமேஸ்வரனின் தரிசனம் கிட்டவில்லை!' என்று தெரிவித்தார். அந்தப் பாபம் நீங்க வழி யாது என்று தேவர்கள் மாலவனை வினவினர். அதற்கு அவர், 'பாபநிவர்த்திக்கு 'தப்தகிருசரம்' என்னும் பிராயசித்தம் செய்ய வேண்டும்' என்றார். அதற்கான வழிமுறைகளைத் தெரிவிக்கும்படி தேவர்கள் விஷ்ணுவிடம் பிரார்த்தித்தனர்.

அதற்கு மாதவன், 'முதல் மூன்று நாள் பன்னிரண்டு பலம் (நிறை அளவு) சூடான நீரைப் பருக வேண்டும். அதற்கு அடுத்த மூன்று நாள் எட்டு பலம் பாலையும் அடுத்த மூன்று நாள் ஆறு பலம் நெய்யையும் அருந்தவேண்டும். கடைசி மூன்று நாள் காற்றை மட்டும் புசிக்க வேண்டும். இவ்வாறு பன்னிரண்டு நாட்கள் அனுஷ்டிப்பதே 'தப்தகிருசரம்' ஆகும்.

இந்தப் பிராயச்சித்தத்தைச் செய்தபின் நூற்றியெட்டு குடம் சந்தனம், நூறு குடம் பால், அறுபத்து நான்கு குடம் தயிர், முப்பத்திரண்டு குடம் உப்பின்றிச் சமைத்த உணவு, பதினாறு குடம் பஞ்சகவ்யம், எட்டு குடம் தேன் ஆகிய பொருள்களைக்கொண்டு சிவலிங்கத்திற்கு அபிஷேகம் செய்தால் உங்கள் பாபம் அகலும். பரமேஸ்வரனின் தரிசனமும் கிடைக்கும்' என்றார்.

தேவர்களும் அவ்வாறே தப்தகிருசர பிராயசித்தத்தைச் செய்து சிவலிங்கத்திற்கு அபிஷேகம் செய்தனர். சிவபெருமான் தேவர்கள் முன் ஒரு பாதி ஹரியாகவும் மறுபாதி ஹரனாகவும் தோன்றி ஹரிஹரனாகக் காட்சி அளித்தார். தேவர்கள் அவரைப் போற்றித் துதித்தனர். அவர் என்ன வரம் வேண்டும் என்று கேட்க, உலகம் முன்னர் இருந்தது போன்ற நிலையை அடையவேண்டும் என்று வேண்டினர். அவரும் அவ்வாறே அருள, உலகம் முன் போலவே ஆனது.

சிறிது நேரத்தில் அவர் தேவர்களின் கண்களுக்கு வைகுண்டநாதனாகத் தென்பட்டார். தேவர்கள் பகவானை வணங்கி, சிவபெருமான் எங்கிருக்கின்றார் என்று வினவினர். மகாவிஷ்ணு, தேவர்களுடன் பூலோகம் வந்து சரஸ்வதி நதியில் மறைந்து தவம் செய்து கொண்டிருந்த சிவபெருமானை போற்றித் துதித்து நின்றார். மகாதேவன் தனது தவத்தை விடுத்து அவர்கள் முன் காட்சியளித்தார். அமரர்கள் அவரைப் பணிந்து தேவலோகம் சென்றனர்.

சில காலம் சென்று உலகம் முன்போல் அசைந்து குலுங்கியது. குருக்ஷேத்திரத்தில் அசுரர்களின் குருவான சுக்ராச்சாரியார் கடும்தவம் செய்வதால் இந்த நிலை என்பதை அறிந்த மகேஸ்வரன் அவருக்குக் காட்சி அளித்தார். சுக்ராச்சாரியார் கைலாசநாதனை வணங்கித் துதித்து, 'இறந்தவரை உயிர் பிழைக்க வைக்கும் சஞ்சீவினி வித்தையை எனக்கு அருளவேண்டும்!' என்று வேண்டினார். அதற்கு சிவன், 'உமது கடும்தவத்தால் நாம் மகிழ்ந்தோம். ஆகவே நீ வேண்டும் வரத்தை அளித்தோம்!' என்று அருளி மறைந்தார்.

மூன்றாம் முறையும் உலகம் முழுவதும் குலுங்கியது. முக்கண்ணன் நடந்தவற்றை அறிந்தார். சப்தசாரஸ்வதம் என்னும் க்ஷேத்திரத்தில் மங்கண முனிவர் நர்த்தனம் புரிவதால் உலகம் குலுங்குகிறது என்பதை அறிந்த சர்வேஸ்வரன் முனிவர் வேடம் பூண்டு அவர்முன் தோன்றினார். 'ஏன் இவ்வாறு கூத்தாடுகிறீர்கள்?' என்று முனிவரிடம் சிவபெருமான் கேட்டார். அதற்கு முனிவர், 'எனது கைவிரல் அறுபட்டபோது அங்கிருந்து ரத்தம் வராமல் வாசனை நீர் வருகிறது. இது எனது தவவலிமையைக் காட்டுகிறது. அதனால் என்னைவிட தவத்தில் சிறந்தவர் இந்த உலகில் இல்லை அல்லவா? அதனால் நான் ஆனந்தத் தாண்டவம் ஆடுகின்றேன்!' என்று கூறினார்.

இதைக் கேட்ட சிவன் சிரித்தார். 'முனிவரே! இங்கே பாருங்கள்!' என்று கூறி தனது கையை ஒரு விரலால் அடித்தார். அங்கிருந்து வாசனை நிறைந்த விபூதி கொட்டியது. இதைக் கண்ட மங்கண

முனிவர், அந்த ருத்ரமூர்த்தி தனது கர்வத்தை அடக்க வந்துள்ளார் என்பதை உணர்ந்து அவரைச் சரணடைந்தார். சிவபெருமான் அவருக்குக் காட்சி கொடுத்து, 'என்ன வரம் வேண்டும்?' என்று கேட்டார். அதற்கு மங்கணரும், 'இந்த சப்தசாரஸ்வதத்தில் நீங்கள் தங்கி அருள்புரிய வேண்டும்' என்று பிரார்த்தித்தார். சிவபெருமானும் அவ்வாறே அருளி மறைந்தார். மங்கணரும் பிரம்மலோகம் சென்றார்.

12

அந்தகனுக்குச் சொன்ன அறிவுரை!

நாரதர் புலஸ்தியரை நோக்கி, 'பாதாள லோகத்திற்குச் சென்ற அந்தகன் என்ன செய்தான்? மந்திர மலையில் சிவபெருமானின் வாழ்க்கை எப்படி இருந்தது? என்று கேள்வி மேல் கேள்வி கேட்டார். அதற்கு புலஸ்தியர் பின்வருமாறு பதிலுரைத்தார்.

பார்வதி தேவியின்மீது மோகம் கொண்டு திருமணம் செய்துகொள்ள வேண்டும் என்னும் நினைப்பில் இருந்த அந்தகாசுரன் மீண்டும் தனது மந்திரிகளை அழைத்து அவர்களது ஆலோசனைகளைக் கேட்டான். அப்போது பிரகலாதன், 'அந்தகா! உமாதேவி உனது தாய்! உமாமகேஸ் வரன் உனது தந்தை! அன்னையிடம் தகாத ஆசை கொள்ளும் காமுகர்கள் இந்த உலகத்தில் உண்டோ! இந்த தீய எண்ணத்தைக் கைவிடு. உன்னுடைய பிறப்பைப் பற்றிக் கூறுகிறேன் கேள்!

'குழந்தை பாக்கியம் இல்லாமல் வருந்திய உன் தந்தை குழந்தை வரம்

[86]

வேண்டி சிவபெருமானை நோக்கித் தவம் புரிந்தார். சிவன் உன் தந்தை முன் தோன்றி, 'அசுரனே! பார்வதி தேவி ஒருமுறை விளையாட்டாக எனது கண்களை மூடியபோது ஏற்பட்ட இருளில் பிறந்த இக்குழந்தையை எடுத்துச் செல். இவன் தமோகுணம் கொண்டவனாக இருப்பான். இவனை யாராலும் கொல்ல முடியாது. இவனது அன்னையையே இவன் பெண்டாள நினைக்கும்போது நான் இவனை அழித்து நற்கதி அளிப்பேன்!' என்று கூறி உன்னை உன் தந்தையிடம் அளித்துவிட்டுச் சென்றார். ஆகவே, நீ இந்தக் கெட்ட சிந்தனையை கைவிடு!' என்று அறிவுரை கூறினார்.

மேலும், அந்தகனை நெறிப்படுத்த பிரகலாதன், ஒழுக்கக் கேட்டினால் அழிந்த தண்டா என்னும் அரசனின் கதையை அவனுக்குக் கூறினார்.

அசுர அரசன் தண்டா

அசுர்களின் குலகுருவான சுக்ராச்சாரியாருக்கு அரஜா என்ற மகள் இருந்தாள். ஒருமுறை சுக்ராச்சாரியார் விருஷபர்வா என்ற அசுரனைப் பார்க்கச் சென்றபோது அங்கேயே சில நாட்கள் தங்கவேண்டி வந்தது. இச்சமயத்தில் சில நாட்களாக சுக்ராச்சாரியார் அரசவைக்கு வராததன் காரணத்தைத் தெரிந்துகொள்வதற்காக அரசனான தண்டா அவருடைய குடிலுக்குச் சென்றான். அங்கே அவரது மகள் அரஜாவைக் கண்டான். அவளது அழகில் மயங்கிய தண்டா எப்படியாவது அவளைத் திருமணம் செய்துகொள்ள எண்ணினான்.

தண்டாவின் இந்தச் செயல், ஒழுக்கநெறி தவறிய செயல் என்றும் இது குருவிற்குச் செய்யும் துரோகம் என்றும் அவனுக்கு அறிவுரை கூறினாள் அரஜா. மேலும், தனது தந்தையின் கோபம் தேவர்களே பயம்கொள்ளக் கூடியதென்றும், எனவே அவனது முடிவை மாற்றிக் கொள்ளும்படியும் தண்டாவிடம் சொன்னாள்.

ஆனால் தண்டாவின் மனம் மாறவில்லை. அவன் அரஜாவைச் சம்மதிக்க வைக்க அவளிடம் ஒரு கதையைக் கூறினான்.

'விஸ்வகர்மாவிற்கு சித்ராங்கதா என்ற ஓர் அழகிய மகள் இருந்தாள். ஒருநாள் அவள் தன் தோழிகளுடன் நதியில் குளிக்கச் சென்றாள். அங்கு திடீரென்று சுரத் என்ற அரசன் வந்தான். அவளது அழகில் மயக்கம் கொண்ட அரசன் அவள்மீது காதல் கொண்டான். அரசனின் பரிதாபத்தைக் கண்டு, தன் தோழிகள் எதிர்த்தும் அவள் அரசனது காதலை ஏற்றாள்' என்ற கதையைக் கூறிவிட்டு, சித்ராங்கதாவைப் போலத் தனது காதலை ஏற்றுக் கொள்ளுமாறு அரஜாவிடம் கேட்டுக்கொண்டான்.

'நீங்கள் பாதிக் கதையைத்தான் சொல்லியிருக்கிறீர்கள், மீதிக் கதையை நான் சொல்லுகிறேன்' என்று அரஜா சொல்லத் தொடங்கினாள். 'சித்ராங்கதாவின் இந்த ஒழுக்கமற்ற நடத்தையால், கோபம் கொண்ட அவளது தந்தை விஸ்வகர்மா, அவளின் திருமண வாழ்க்கை நன்றாக அமையாது என்று சாபமிட்டார். ஒருநாள் சித்ராங்கதாவின் கணவனான மன்னன் சுரத், சரஸ்வதி ஆற்றில் அடித்துச் செல்லப்பட்டான். கணவர் பிரிவைத் தாங்க முடியாமல் சித்ராங்கதா மயக்கமடைந்தாள்.

'மயக்கம் தெளிந்து எழுந்த சுற்றும் முற்றும் பார்த்த சித்ராங்கதா தனது கணவனைக் காணாது மனம் நொந்தாள். அவள் மீண்டும் நினைவிழந்து சரஸ்வதி ஆற்றில் விழுந்தாள். ஆற்றின் வேகம் அவளை கோமதி நதிக்கு இழுத்துச் சென்றுவிட்டது. கொடிய சிங்கங்கள் நிறைந்த காட்டின் அருகே அவள் உடல் ஒதுங்கியது.'

இக்கதையை கூறிய அரஜா தனக்கும் அந்தநிலை ஏற்பட்டுவிடக் கூடாது என்று தண்டா வின் வேண்டுகோளை மறுத்துவிட்டாள்.

இதைக் கேட்ட தண்டா, 'நீ சொன்ன கதை இத்துடன் முடிந்து விடவில்லை. மீதிக் கதையை நான் சொல்லுகிறேன்!' என்று தொடர்ந்தான்.

'நினைவு திரும்பிய சித்ராங்கதா ஓர் அடர்ந்த காட்டில் தான் இருப்பதை உணர்ந்தாள். மனமுடைந்த நிலையில் இருந்த அவள் முன் ஒரு தேவன் தோன்றி, 'சீக்கிரம் நீ உன் கணவனுடன் சேர்வாய்' என்று கூறி மறைந்தான். மேலும் ஸ்ரீகாந்தத் தலத்திற்குப் புனித யாத்திரை செல்லுமாறும் ஆலோசனை கூறினான்.

'சித்ராங்கதா காளிந்தி நதிக்குத் தெற்கே உள்ள ஸ்ரீகாந்தத் தலத்திற்குச் சென்றாள். காளிந்தி நதியில் நீராடிவிட்டு ஸ்ரீகாந்தக் கோயிலுக்குச் சென்று சிவபெருமானை வணங்கினாள். இதற்கிடையே அங்கு வந்த ஒரு முனிவர், அவள் அங்கு தங்கியிருப்பதற்கான காரணத்தைப் பற்றி விசாரித்தார். அவள் தனது தந்தை விஸ்வகர்மாவால் சாபமிடப்பட்ட தனது கதை முழுவதையும் அவரிடம் கூறினாள்.

'அவளது துயரக் கதையைக் கேட்டு கடும் கோபம் கொண்ட அந்த முனிவர், விஸ்வகர்மாவை ஒரு குரங்காக மாறும்படிச் சாபமிட்டார். பின்னர் சித்ராங்கதாவை சப்தகோதாவருக்குச் சென்று ஹத்கேஷ்வரரை வணங்குபடியும், அங்கு ஒருநாள் கண்டமாலி என்ற அசுரனின் மகளான தேவவதியை சந்திப்பாய் என்றும் அவர் கூறினார். சித்ராங்கதா சப்தகோதாவர் சென்று ஹத்கேஷ்வரரை வழிபட்டாள்.

'இந்தப் பெண்ணைத் துக்கத்தினின்று விடுவிக்க யாரேனும் இருக்கிறார்களா?' என்று ஸ்ரீகாந்தக் கோயிலின் சுவரில் எழுதிவிட்டு, அந்த முனிவர் புஷ்கர்நாத்திற்கு யாத்திரை சென்றார்.

விஸ்வகர்மா குரங்காக மாறியது

அரசன் தண்டா கதையை மீண்டும் தொடர்ந்தான். 'சித்ராங்கதா சப்த கோதாவரில் நீண்ட காலம் தங்கியிருந்தாள். ஹத்கேஷ்வரரை வழிபடுவதில் தனது நேரத்தைச் செலவழித்து தன் கணவரைச் சந்திக்கும் நாளை எதிர்பார்த்துக் காத்துக்கொண்டிருந்தாள். குரங்காகச் சபிக்கப்பட்ட விஸ்வகர்மா சால்வேய மலைகளில் சுற்றித் திரிந்தார். ஒரு நாள் கண்டமாலி என்னும் அசுரன், தன் மகள் வேதவதியுடன் அந்த மலைக்கு வந்தான். அங்கிருந்த குரங்கு (விஷ்வகர்மா) வேதவதியின் கையைப் பிடித்தது.

அதைக் கண்டு கோபம் கொண்ட கண்டமாலி குரங்கைக் கொல்ல முயன்றான். இதை உணர்ந்த குரங்கு வேதவதியைத் தன் மடியில் வைத்துக்கொண்டு இமயமலையை நோக்கி ஓடிவிட்டது. கண்டமாலி அதைத் துரத்திக்கொண்டு சென்றான். வழியில் வேதவதியை ஒரு துறவியின் குடிசை வாசலில் விட்டுவிட்டு குரங்கு காலிந்தி நதியில் இறங்கியது. ஆனால் நதியின் ஓட்டத்தில் குரங்கு மூழ்கிவிட்டது. இதைக் கண்ட அசுரன் தன் மகளும் அந்த நதியில் மூழ்கிவிட்டாள் என்று எண்ணி கவலையுடன் தன் இருப்பிடத்திற்கு வந்து சேர்ந்தான்.

காலிந்தி நதியின் வெள்ளம் குரங்கை சிவி என்ற புகழ்பெற்ற இடத்திற்கு அடித்துச் சென்றது. நினைவு திரும்பியதும் குரங்கு, வேதவதியை விட்ட இடத்திற்குத் திரும்பி வந்தது. அங்கே ஒரு தேவன் தன் மகள் நந்தயந்தியுடன் வந்துகொண்டிருந்தான். அவளை வேதவதியென்று எண்ணிய குரங்கு, அவளைப் பிடிக்க முனைந்தது, குரங்கு தன்னைப் பிடிக்க முனைவதை உணர்ந்த நந்தயந்தி, ஹிரன்வதி ஆற்றில் குதித்து விட்டாள். நதியின் வெள்ளத்தில் அடித்துச் செல்லப் பட்ட நந்தயந்தி கௌஷல் என்ற இடத்தில் கரைசேர்ந்தாள்.

நினைவு திரும்பியதும் அவள் தான் ஒரு பெரிய ஆலமரத்தின் அருகில் இருப்பதை அறிந்தாள். அங்கிருந்த ஒரு பாறையின்மீது அமர்ந்த அவள் ஆழ்ந்த சிந்தனையில் அமர்ந்திருந்தாள். அப்போது 'ரிதத்வாஜ முனிவரின் மகன் பிணைக் கைதியாக ஆலமரத்தில் கட்டப்பட்டிருக்கிறான் என்று அவருக்குத் தெரிவிக்க யாரேனும் இருக்கிறார்களா?' என்று ஒரு அசரீரி கேட்டது. ஓர் ஐந்து வயதுக் குழந்தை ஆல மரத்தின் உச்சிக் கிளையில் கட்டப்பட்டிருப்பதை ஆச்சரியத்துடன் பார்த்தாள் நந்தயந்தி. அவள் அந்தக் குழந்தையைப் பற்றி விசாரித்தாள்.

ஜாபாலி

'என் பெயர் ஜாபாலி. நான் ரிதத்வாஜ முனிவரின் மகன். நான் 5000 ஆண்டுகள் குழந்தையாகவும், 10000 ஆண்டுகள் இளமையாகவும், 20 ஆண்டுகள் முதுமைப் பருவமாகவும் இருப்பேன் என்று என்னை அவர் ஆசீர்வதித்தார். ஆனால் நான் குழந்தைப் பருவத்தில் 500 ஆண்டுகள் ஓர் குரங்கிடம் பிணைக்கைதியாக இருப்பேன் என்றும் எச்சரிக்கை செய்தார். ஒருநாள் நான் ஹிரன்வதி ஆற்றில் குளிக்க வந்தபோது ஒரு பெரிய குரங்கு என்னைப் பிடித்து இங்கே கட்டிப் போட்டுவிட்டது. அன்றிலிருந்து நான் இங்கேயே இருக்கிறேன்' என்று அந்தக் குழந்தை கூறியது.

தன் கதையைக் கூறிய ஜாபாலி நந்தயந்தியின் கதையைக் கேட்டான். அவள் தனக்கு நிகழ்ந்த அனைத்தையும் கூறினாள். இதைக் கேட்ட ஜாபாலி, 'யமுனை நதிக்கரையில் உள்ள ஸ்ரீகாந்தக் கோயிலுக்குச் செல். அங்கு எனது தந்தையார் தினமும் பிற்பகல் வருவார். அவரிடம் சென்று உதவி கேள்!' என்று ஆலோசனை கூறினான். நந்தயந்தியும் ஜாபாலிக்கு நன்றி தெரிவித்துவிட்டு அவனிடம் விடைபெற்று நர்மதை நதிக்கரையில் உள்ள ஸ்ரீகாந்தக் கோயிலுக்குச் சென்றாள். அங்கு வந்த ரிதத்வாஜர் அவளது கதையைக் கேட்டு அவளை குடிலுக்கு அழைத்துச் சென்றார்.

ஒருநாள் நந்தயந்தி ஸ்ரீகாந்தக் கோயிலில் வணங்கிக்கொண்டிருந்த போது, விஸ்வகர்மாவைச் சபித்த முனிவர் அங்கே எழுதி வைத்திருந்த வரிகளைப் பார்த்தாள். அதன் அருகில் 'நான் ஒரு ராணியாக ஆவேனென்று முத்கல முனிவர் சொன்னார். ஆனால் நான் ராணியாகவில்லை, மாறாகப் பல இன்னல்களுக்கு ஆளானேன். யாராவது எனக்கு உதவி செய்யமாட்டீர்களா?' என்று எழுதினாள். பின்னர் அங்கிருந்து அவள் யமுனை ஆற்றங்கரையோரம் சென்றாள். அங்கு ஓர் அழகான குடிலைக் கண்டு அதன் உள்ளே சென்றாள். அங்கு வேதவதி அமர்ந்திருந்தாள். விரைவிலேயே அவர்கள் இருவரும் தோழிகளாகிவிட்டனர்.

இதற்கிடையே, கோயிலுக்கு வந்த முனிவர் ரிதத்வாஜர் சுவரில் எழுதப்பட்டிருந்த வரிகளைப் படித்தார். தனது தவவலிமையால் அந்த வரிகளின் பொருளை உணர்ந்தார். இறைவனை வணங்கிய முனிவர் அங்கிருந்து நேராக அயோத்திக்குச் சென்று இக்ஷ்வாகு அரசனைச் சந்தித்தார். ஜாபாலியைக் குரங்கின் பிடியிலிருந்து விடுவிக்குமாறு முனிவர் அரசனிடம் வேண்டினார். முனிவரின் வேண்டுகோளை ஏற்ற அரசர், முனிவருக்கு உதவி செய்யுமாறு தனது மகன் சகுனியிடம் கூறினார்.

உடனே மூவரும் ஜாபாலி கட்டப்பட்டிருக்கும் இடத்திற்குச் சென்றனர். சகுனி தன் அம்புகளால் மரத்தின் கிளைகளை வெட்டினான். ரிதத்வாஜ முனிவர் மரத்தின் மீதேறி ஜாபாலியின் கட்டை அவிழ்க்க முயன்றார். ஆனால் முனிவரால் கிளைகளை நீக்கி ஜாபாலியை விடுவிக்க முடியவில்லை. முனிவர் சகுனியை உதவிக்கு அழைத்தார். சகுனியாலும் மரக் கிளைகளின் முடிச்சுகளை அவிழ்க்க முடியவில்லை. அதனால் தன் அம்புகளால் கிளைகளை மூன்று பாகங்களாக வெட்டி ஜபாலியை விடுவித்தான் சகுனி.

இதற்கிடையில் ஒரு யட்சனின் இரு மகள்கள் ஸ்ரீகாந்த மகாதேவர் கோயிலுக்கு வந்து இறைவனை வணங்கிக்கொண்டிருந்தனர். ஒருநாள் காலவ முனிவர் அந்த கோயிலுக்கு வந்தார். அங்கு இரு பெண்கள் தன்னந்தனியாக இருப்பதைக் கண்டு ஆச்சரியப்பட்டார். நர்மதையில் முனிவர் நீராடும்போது அந்த இரண்டு பெண்களும் பாடும் ஒலி கேட்டது. தேவ கானம்போல் இருந்தது அந்தக் குரல். நீராடிவிட்டு வந்த காலவ முனிவர் இறைவனை வணங்கிவிட்டு, அந்தப் பெண்களின் கதையைக் கேட்டார்.

மறுநாள் காலை முனிவர் புறப்பட்டபோது, தங்களையும் அவருடன் அழைத்துச் செல்லவேண்டும் என்று அந்த இரு பெண்களும் வேண்டி னர். அதற்கு அவரும் இணங்க, மூவரும் புஷ்கர தீர்த்தத்திற்குச் சென்றனர். அங்கு சென்றவுடன் முனிவர் அந்தப் புனித நதியில் நீராட விரும்பினார். இரு பெண்களையும் கரையில் இருக்கச் சொல்லி விட்டு, முனிவர் மட்டும் தீர்த்தத்தில் இறங்கிக் குளித்தார். அப்பொழுது குளத்தில் இருந்த பல பெண் மீன்கள், ஆண் மீன்களுடன் உறவு கொள்ள முயன்றன. ஆனால் ஆண் மீன்கள் விலகிச் சென்றன.

இதைக் கண்ட பெண் மீன்கள், 'பெண்களின் நடுவில் பயமில்லாமல் இருக்கும் முனிவரைப் பார்த்து நீங்கள் ஏன் வெட்கப்படுகிறீர்கள்?' என்று கேட்க, அதற்கு ஒரு ஆண் மீன், 'இதைப் பார்த்தால் மற்றவர்கள் கேலி செய்வார்கள்!' என்று பதிலளித்தது.

இதைக் கேட்டுக்கொண்டிருந்த காலவ முனிவர் அவரது செய்கைக்கு வெட்கி, நீரை விட்டு வெளியே வரவில்லை. முனிவர் வெகுநேரமாக வராததால் இரண்டு பெண்களும் கவலையோடு காத்துக் கொண்டிருந்தனர். அப்பொழுது சித்ராங்கதா அங்கு வந்தாள். மூவரும் ஒருவரை ஒருவர் ஆச்சரியத்துடன் பார்த்துக்கொண்டனர்.

அப்பொழுது அங்கு வேதவதி திடீரென தோன்றினாள். சித்ராங்கதாவின் அருகில் சென்று விசாரித்தாள். தன் கதையைக் கூறினாள் சித்ராங்கதா. அவர்கள் நால்வரும் தோழிகளாயினர்.

பின்னர் அவர்கள் சப்தகோதவர் நதிக்கரையில் அமைந்திருக்கும் ஹத்கேஷ்வர் கோயிலுக்குச் சென்று வணங்கினர். அங்கேயே நால்வரும் அந்தக் கோயில் வளாகத்திலேயே தங்கி தினந்தோறும் ஹத்கேஷ்வரரை வழிபட்டு வந்தனர்.

இதற்கிடையே சகுனி, ஜாபாலி, ரிதத்வாஜர் ஆகிய மூவரும் கவலையுடன் இந்தப் பெண்களைத் தேடிக்கொண்டிருந்தனர். அப்பொழுது ஜாபாலி தன் தந்தை ரிதத்வாஜருடன் ஷாகல் ஐன்பத் என்னும் இடத்திற்கு வந்தான். அந்த இடம் மனுவின் மகன் இந்திரத்யும்னன் ஆளுகையில் அப்போது இருந்தது. எனவே இந்திரத்யும்னனிடம் சென்று நந்தயந்தியைக் கண்டுபிடிக்க உதவ வேண்டும் என வேண்டினார்கள். அதற்கு இந்திரத்யும்னன், 'நானும் எனது மகளைக் காணாமல் தவித்துக்கொண்டிருக்கிறேன். அவள் எங்கிருக்கிறாள் என்றே தெரியவில்லை. எனவே, நாம் மூவரும் சென்று அவர்களைத் தேடுவோம்!' என்றார். உடனே மூவரும் சேர்ந்து தங்கள் மகள்களைத் தேடும் முயற்சியில் இறங்கினர்.

மூவரும் பத்ரிகாசிரமத்தை அடைந்தனர். அங்கே ஓர் இளைஞன் கடுந்தவத்தில் இருப்பதைக் கண்டனர். ஒருவரை ஒருவர் அறிமுகப் படுத்திக்கொண்டனர். அப்போதுதான் அந்த இளைஞன் தன் மருமகன் சூரத் என்று இந்திரத்யும்னனுக்கு புரிந்தது. தன் மகளைத் தேடும் பணியில் தனக்கு உதவுமாறு தனது மருமகனை வேண்டினார் இந்திரத்யும்னன்.

இதைக் கேட்ட ரிதத்வாஜ முனிவர், 'எந்தப் பெண்ணுக்காக நீ தவம் செய்கிறாயோ, அந்தப் பெண்ணை நான் சப்தகோதாவரில் வைத்திருக்கிறேன். என்னுடன் வா, அவளை உன்னுடன் சேர்த்து வைக்கிறேன்!' என்று சூரத்திடம் கூறினார். இதைக் கேட்ட அனைவரும் அங்கிருந்து சப்தகோதாவருக்குப் புறப்பட்டனர்.

இதற்கிடையே, வேதவதியின் தாயார் கிரிதாட்ச்சி தன் மகளைத் தேடிக் கொண்டு உதயகிரி மலைக்கு வந்தாள். அப்பொழுது அவள் எதிரே வந்த குரங்கைப் பார்த்து, 'என் மகளைப் பார்த்தாயா?' என்று கேட்டாள். அவளுடைய சோக முகத்தைக் கண்ட குரங்கு, தான் வேதவதி என்ற பெண்ணை தூக்கிக்கொண்டு ஸ்ரீகாந்தக் கோயிலுக்கு அருகில் உள்ள முனிவரின் குடிசையில் வைத்திருப்பதாகக் கூறியது. அந்த வேதவதி தன் மகள்தான் என்று புரிந்துகொண்ட கிரிதாச்சி அந்தக் குரங்கிடம் தன்னை அங்கு அழைத்துச் செல்லுமாறு வேண்டினாள். கிரிதாட்சி குரங்குடன் தனது மகளைத் தேடிக்கொண்டு கௌசிகி நதியை நோக்கிச் சென்றாள். அங்கு சென்றதும் கிரிதாட்சி அந்த நதியில் புனித நீராடினாள்.

அப்போது ஜாபாலியும் அவர் தந்தையும் கௌஷிகி நதிக்கரைக்கு வந்து சேர்ந்தனர். அங்கு ஜாபாலி தன்னைக் கட்டிப்போட்ட குரங்கைப் பார்த்துவிட்டான். இந்தக் குரங்குதான் என்னை கட்டிப் போட்டது என்று தன் தந்தையிடம் அந்தக் குரங்கைக் காட்டினான். இதைக் கேட்ட சகுனி, அந்தக் குரங்கை கொல்ல அனுமதி தாருங்கள்' என்று முனிவரிடம் வேண்டினான். இதைக் கேட்ட முனிவர், 'இது உனது பூர்வஜன்ம வினை; அதனால் குரங்கை கொல்ல வேண்டாம்' என்று சகுனியை அமைதிப்படுத்தினார். ரிதத்வாஜ முனிவர் குரங்கிடம், 'தன் மகன் மீதுள்ள மூன்று கிளைகளின் முடிச்சுகளை அவிழ்த்து அவனை விடுவிக்கவேண்டும்!' என வேண்ட, குரங்கும் ஜாபாலியை விடுவித்தது.

முனிவர் மகிழ்ந்து குரங்கிடம், 'உனக்கு வேண்டியதைக் கேள், தருகிறேன்!' என்றார். 'முனிவரே, என்னை உங்களுக்குத் தெரிய வில்லையா? நான் சித்ராங்கதாவின் தந்தை. நீங்கள்தான் என்னைக் குரங்காக மாற்றினீர்கள். அனைத்துப் பாவங்களிலிருந்து என்னை விடுவிக்க வேண்டும்!' என்றது குரங்கு.

'கிரிதாட்சியுடன் இணைந்து கருவை உருவாக்கும் நாளில் நீ உன் பாவங்களிலிருந்து விடுபடுவாய்; உனது சுயஉருவையும் நீ திரும்பப் பெறுவாய்!' என்று ரிதத்வாஜர் சாபவிமோசனம் அளித்தார். அங்கிருந்து மனமகிழ்ச்சியுடன் சென்றது குரங்கு.

நாளடைவில் கிரிதாட்சி அந்தக் குரங்கு யார் என்பதைத் தெரிந்து கொண்டு உடலாலும் உள்ளத்தாலும் பழகத் தொடங்கினாள். முதலில் இருவரும் கோலாகல் மலையில் தங்கி இருந்தனர். பின்னர் அங்கிருந்து கிளம்பி விந்திய மலைக்குச் சென்று தங்கினர். இதற்கிடையே, ரிதத்வாஜர், ஜாபாலி, சகுனி, இந்திரத்யும்னன், சூரத் ஆகிய ஐவரும் சப்தகோதாவருக்கு வந்தனர். தேரிலிருந்து இறங்கிய ஐவரும் அந்த நதியில் புனித நீராடினர். குதிரைகள் அங்கிருந்த புற்களில் மேய்ந்தன. பசி தீர்ந்தபின் குதிரைகள் ஹத்கேஷ்வர் கோவிலை நோக்கிச் சென்றன.

குதிரைகளின் குளம்பொலிகளைக் கேட்ட சித்ராங்கதாவும், அவளது தோழிகளும் கோயிலின் மேலே ஏறி நின்று பார்த்தனர். ரிதத்வாஜ முனிவெரும் அவரது நண்பர்களும் நதியில் நீராடிக்கொண்டிருப்பதைப் பார்த்தாள் சித்ராங்கதா. நந்தயந்தியும் ஜாபாலியைப் பார்த்து விட்டாள். மகிழ்ச்சியுடன் கோயிலின் மேலேயிருந்து கீழே வந்து கடவுளை வணங்கி அவர்களுக்கு நன்றி தெரிவித்தனர்.

சிறிது நேரத்தில் ரிதத்வாஜரும் அவரது நண்பர்களும் கோயிலுக்குள் வந்தனர். சித்ராங்கதாவை அடையாளம் கண்டுகொண்டார் முனிவர். மகிழ்ச்சியடைந்தார். அப்போது கிரிதாட்சியும் குரங்கும் அங்கே வந்தனர். கிரிதாட்சி தன் மகள் வேதவதியைக் கண்டு மகிழ்ச்சி அடைந்தாள். முனிவர் குரங்கிடம், 'அஞ்சன மலையிலிருந்து குஷ்யக்கையும், பாதாள உலகத்திலிருந்து கண்டமாலியையும், கந்தர்வ அரசன் பர்ஜன்யாவை சொர்க்கத்திலிருந்தும் அழைத்து வா!' என்று அறிவுறுத்தினார். குஷ்யக், கண்டமாலி, பர்ஜன்யா ஆகிய மூவரும் ஹத்கேஷ்வர் கோயிலுக்கு வந்தனர். அங்கு அவர்களின் மகள்கள் இருப்பதைக் கண்டு மகிழ்ச்சியடைந்தனர்.

தன் தந்தை குரங்காக இருப்பதற்குத் தானே காரணம் என்று கருதிய சித்ராங்கதா தனது உயிரை விடத் துணிந்தாள். ரிதத்வாஜ முனிவர் அவளைச் சமாதானப்படுத்தி, அவள் தந்தை விரைவில் மனித உருவம் பெறுவார் என்று கூறினார். கிரிதாட்சியும் தன் மகளிடம், 'நான் பத்து மாதங்களில் ஒரு குழந்தையைப் பெற்றெடுத்தவுடன் உன் தந்தை காலவ முனிவரின் சாபத்திலிருந்து விடுபட்டு மனித உருவம் பெற்று விடுவார்!' என்று கூறினாள்.

பத்து மாதங்கள் கழித்து கிரிதாட்சி ஓர் ஆண் மகவைப் பெற்றெடுத்தாள். அவன்தான் பிற்காலத்தில் 'நளன்' என்று புகழ்பெற்றான். குழந்தை பிறந்ததால் விஸ்வகர்மா தனது சாபம் நீங்கி இழந்த மனித உருவத்தைப் பெற்றார். சித்ராங்கதா மிகவும் மகிழ்ச்சி அடைந்தாள். ஒரு பெரிய திருமண விழா சப்தகோதவரியில் ஏற்பாடு செய்யப்பட்டது. அந்தத் திருமண விழாவில் கந்தர்வர்களும், தேவாதி தேவர்களும், அசுரர்களும் கலந்துகொண்டனர். திருமணத்திற்கான சடங்குகளை காலவ முனிவர் நடத்தி வைத்தார். கண்டமாலியின் மகளை ஜாபாலியும், இந்திரத்யும்னன் வேதவதியையும், சகுனி யக்ஷனின் மகளையும், சூரத் சித்ராங்கதாவையும் மணந்து கொண்டனர்.

இந்தக் கதையைக் கூறிய அரசன் தண்டா, 'மேற்கூறிய தம்பதிகளைப் போலவே நாமும் சுகமாக இருப்போம். காமத்தால் தவிக்கும் என்னை வதைக்காதே! என்னைத் திருமணம் செய்துகொள்!' என்று அரஜாவைக் கட்டாயப்படுத்தினான். ஆனால் அவள் அதற்கு இணங்கவில்லை.

'நீ என்ன கூறினாலும், உன்னுடைய தீய எண்ணங்களுக்கு நான் உடன்படமாட்டேன்' என்று அரஜா உறுதியாகக் கூறிவிட்டாள்.' இதனால் வெறிகொண்ட தண்டா அரஜாவைக் கற்பழித்துவிட்டு அரண்மனைக்குத் திரும்பிவிட்டான்.

சுக்கிராச்சாரியார் தண்டாவைச் சபித்தல்

தனது கற்பைக் காத்துக்கொள்ள முடியாமல் போன அரஜா வேதனையுற்று வாசலில் படுத்து புலம்பத் தொடங்கினாள். அப்போது சுக்ராச்சாரியார் குடிலுக்குத் திரும்பி வந்தார். வாசலில் தன் மகள் படுத்திருப்பதைக் கண்டு, என்ன நடந்தது? என்று அவளைக் கேட்டார். அவள் தனக்கு நேர்ந்த அவலத்தைச் சொன்னார்.

இதைக் கேட்ட சுக்ராச்சாரியாரின் முகம் கோபத்தால் சிவந்தது. கடுஞ்சினம் கொண்ட முனிவர், 'இன்னும் ஒரு வாரத்தில் தண்டா தன் சொத்துக்கள் அனைத்தையும் இழந்து நடுத்தெருவிற்கு வந்து விடுவான்' என்று சாபமிட்டார். தனக்கு நேர்ந்த அவலநிலையில் இருந்து விடுபட அரஜாவை தவம் செய்யச் சொல்லி விட்டுத் தன் சீடர்களுடன் சுக்கிராச்சாரியார் பாதாள உலகத்திற்குச் சென்று விட்டார். அவர் சொன்னதுபோல், ஒருவாரத்தில் தண்டா தனது அரச பதவியை இழந்து விட்டான்!' என்று கூறினார் பிரகலாதன்.

இந்தக் கதையைக் கூறிய பிரகலாதன் அந்தகனிடம், 'தண்டாவின் தீயசெயலால் தேவர்கள் தண்டகாரண்யத்தை விட்டு அகன்றனர். அசுரர்கள் அந்த இடத்தை ஆக்கிரமித்துக்கொண்டனர். ஒரு பெண்ணைக் கற்பழித்தவன் நிலையை இப்பொழுது அறிந்துகொண்டிருப்பாய். எனவே நீ பார்வதியின்மீது உள்ள ஆசையை விட்டுவிடு. அவள் சிவபெருமானின் மனைவி; அவரது வீரம் ஒப்பற்றது' என்று அறிவுரை கூறினார்.

13

அந்தகன் அழிவு

பிரகலாதன் இத்துணை அறிவுரை கூறியும் அந்தகன் திருந்துவதாயில்லை. அவன் பிரகலாதனிடம், 'நான் சொர்க்கத்திலிருந்தே தேவர்களை விரட்டியவன்; தனது மனைவியின் அழகில் மயங்கிய சிவனைக் கண்டு நான் ஏன் பயப்படவேண்டும்?' என்று கோபமாகக் கூறினான்.

மேலும் பிரகலாதன் எவ்வளவோ எடுத்துக் கூறியும் அந்தகன் கேட்க வில்லை. அவன் தனது தளபதி ஷாம்பரை அழைத்து, 'மந்திர மலைக்குச் சென்று பார்வதியை அந்தகனுக்குத் தருமாறு கேள். இல்லையெனில் சிவனின் உயிரை எடுத்துவிடுவதாகக் கூறு!' என்று உத்தரவிட்டான்.

அதுபோலவே ஷாம்பர் மந்திர மலைக்குச் சென்று அந்தகனின் விருப்பத்தைச் சிவபெருமானிடம் கூறினான். இதைக் கேட்ட பார்வதி, 'சிவனைப் போரில் வென்றால் நான் அந்தகனை மணம் செய்து கொள்கிறேன்!' என்று பதிலளித்தாள். ஷாம்பர் அந்தகனிடம் வந்து பார்வதி கூறியதைச்

சொன்னான். அதனால் கோபத்தின் எல்லையை அடைந்த அந்தகன், தனது தளபதி துர்யோதனனைப் போருக்குத் தயாராக இருக்குமாறு உத்தரவிட்டான்.

அந்தகனது பெரிய படை அணிவகுத்து நின்றது. சங்கொலிகள் முழங்க, வெற்றி முழக்கங்ளுடன் அந்தகன், தனது தளபதிகளான ஐம்பு, குஜம்பு, ஷாம்பர், விரோச்சனன், துர்யோதனன், விருஷபர்வன் ஆகியோர் உடன்வர, தனது படைகளுடன் மந்திர மலைக்குச் சென்றான். விதி அவனை மரணத்திற்கு இட்டுச் சென்றது.

மந்திர மலையில் கணங்கள் கூட்டம்

புலஸ்தியர் தொடர்ந்தார்:

அந்தகன் போர் தொடுக்க வருவதை அறிந்த சிவபெருமான், 700 கோடி கணங்களையும் அழைக்குமாறு நந்தி பகவானுக்கு உத்தரவிட்டார். முக்கிய கணங்களான பசுபதி, காலமுகி, மகாவிரதி, திகம்பரர், மைனி, மகாபசுபதி, விருசபத்வாஜ் முதலானோர் நந்தியின் வேண்டுகோளுக் கிணங்கி, சிவபெருமானுக்கு உதவ மந்திர மலைக்கு வந்தனர்.

கூடியிருக்கும் கணங்களைப் பார்த்த சிவன், பசுபதியை வாரி அணைத்துக்கொண்டார். இச்செயல் மற்றவர்களுக்கு ஆச்சர்யத்தை அளித்தது. இதை உணர்ந்த சிவன், 'என்னிடம் நீங்கள் எல்லோரும் மதிப்பும் மரியாதையும் வைத்திருக்கிறீர்கள். ஆனால் உங்கள் அறியாமையால் விஷ்ணுவை அவமதித்து விட்டீர்கள். நானும் விஷ்ணுவும் ஒன்றானவர்கள். எங்களிடையே வேறுபாடு கிடையாது. பசுபதிதான் இதை அறிந்தவர்; அதனால்தான் அவருக்கு இந்த மரியாதை!' என்றார்.

இதைக் கூறிவிட்டு சிவன் தனது சதாசிவ வடிவத்தை கணங்களுக்கு காட்டினார். அவருடைய விஸ்வரூபத்தில் அகில உலகத்தைக் கண்ட கணங்கள் நடுங்கினார்கள். பிறகு சதாசிவ வடிவத்திலிருந்து விஷ்ணு வடிவத்தைக் காண்பித்தார். மேலும் இந்திரன், சூர்யன், பிரம்மா போன்றவர்களையும் அவர்கள் சிவனுள் கண்டனர். இப்பொழுது சிவனும் விஷ்ணுவும் ஒன்றுதான் என்று அறிந்துகொண்டனர். இந்த உணர்வு அவர்களின் அறியாமையைப் போக்கிற்று. எல்லா கணங்களையும் சிவன் தழுவிக்கொண்டார். பின்னர் கணங்கள் மந்திர மலையைச் சுற்றி நின்று போரை எதிர்நோக்கிக் காத்திருந்தனர்.

யுத்தம் தொடங்கியது

புலஸ்தியர் தொடர்ந்து கூறினார்: அந்தகன் படை வருவதைக் கண்ட கணங்கள் பேரொலி எழுப்பினர். அந்த ஒலியானது ஆகாயத்தையும

பூமியையும் அதிர வைத்தது. இதைக் கேட்ட விநாயகர் ஆச்சரியத்துடன், சிவனிடம் இப்பேரொலிக்கான காரணத்தைக் கேட்டார். அந்தகன் போருக்கு வருவதைப் பற்றிக் கூறினார். தானும் உடனிருக்கிறேன் என்று விநாயகர் கூறினார். பின்னர் பார்வதியின் மெய்க்காப்பாளர் களாக மாலினி, ஐயா, விஜயா, அபராஜிதா, ஜயந்தி முதலியவர்களை நியமித்தார்.

சிவபெருமான் தனது வாகனமான காளையின்மீது ஏறி சூலாயுதத்தை எடுத்துக்கொண்டு அந்தகனுடன் போரிடச் சென்றார். கணங்கள் பாதுகாப்பு வளையத்தை ஏற்படுத்தினார்கள். இரண்டு படைகளும் கடுமையாகப் போரிட்டன. தண்டாயுதமும் வாளும் ஏந்தி அசுரர்கள் சண்டையிட்டனர். கணங்களின் தாக்குதலுக்குப் பல அசுரர்கள் இரையாயினர். வானத்திலிருந்து தேவர்கள் இப்போரைப் பார்த்துக் கொண்டிருந்தனர். மகாபசுபதி அசுரர்களைக் கடுமையாகத் தாக்கியதால் அவர்களுக்கு கடும்சேதம் விளைந்தது.

அந்தகன் படைக்கு நேர்ந்த நிலையைக் கண்ட துகுந்தா என்ற அசுரன் சக்ராயுதத்தை வீசினான். இதைக் கண்ட கணங்கள் தலைதெறிக்க ஓடினர். இதைக் கண்ட விநாயகர் துகுந்தாவை எதிர்த்துப் போரிட வந்தார். அசுரன் சக்ராயுதத்தை விநாயகர் மீது ஏவினான். ஆனால் அந்த ஆயுதம் விநாயகரின் வயிற்றில் மோதி சுக்கு நூறாகிவிட்டது. தன் மாமாவின் ஆயுதம் நொறுங்கிப் போனதைக் கண்ட ராகு விநாயகரை இறுக்க அணைத்துக்கொண்டார்.

விநாயகரும், கடோதரனும், சுகேஷியும் இணைந்து ராகுவைத் தாக்கினர். வலி தாங்க முடியாமல் ராகு விநாயகரை விடுவித்தான். இந்த வாய்ப்பைப் பயன்படுத்திக்கொண்டு விநாயகர் துகுந்தாவைத் தன் கோடாரியால் கொன்றுவிட்டார். பின்னர் அவர் அசுரப் படைகளைத் தாக்கினார். ஆனால் பலி என்ற வீரன் எதிர்த்துப் போரிட்டான். முடிவில் கணங்கள் அசுரர்களை வென்றனர். அந்தகன் தன்னைக் காத்துக் கொள்ள ஷாம்பர் உள்ளிட்ட அசுரர்களுடன் சென்று சுக்ராச்சாரியாரைச் சரணடைந்தான்.

சஞ்சீவினி வித்தையைப் பயன்படுத்துதல்

அந்தகன் சுக்ராச்சார்யரிடம் சென்று அசுரர்கள் போரில் தோற்றதைத் தெரிவித்தான். போரில் வெற்றி பெற அவரிடம் உதவி கேட்டான். சுக்ராச்சார்யர் தன்னிடம் இருந்த சஞ்சீவினி வித்தையைக்கொண்டு எல்லா அசுரர்களையும் உயிர் பிழைக்க வைத்தார். ஜம்பு, குஜம்பு உள்ளிட்ட எல்லா அசுரர்களும் மீண்டும் உயிர் பிழைத்தனர். இந்த அதிசயத்தைக் கேள்விப்பட்ட நந்திதேவர் சிவபெருமானிடம் சென்று

இச்செய்தியைக் கூறினார். 'சுக்ராச்சாரியரை எப்படியாவது என்னிடம் அழைத்து வா; அவரை என் யோக சக்தியினால் கட்டுப்படுத்து கிறேன்!' என்று சிவன் நந்திதேவரிடம் தெரிவித்தார்.

நந்தி அரக்கர் கூட்டத்திற்குள் ரகசியமாக நுழைந்தார். ஆனால் ஹயகந்தன் என்னும் அசுரன் நந்தியை அடையாளம் கண்டுபிடித்துத் தடுத்தான். நந்தி தன் வஜ்ராயுதத்தால் அவனைத் தாக்க அசுரன் மூர்ச்சையாகி விழுந்தான். இதைக் கண்ட ஜம்புவும் குஜம்புவும் உள்ளிட்ட மற்ற அசுரர்கள், நந்தியைச் சூழ்ந்துகொண்டு அவரைக் கடுமையாக தாக்கினர். நந்தி ஆபத்தில் இருப்பதைக் கண்ட பிரம்மதேவன் கவலையடைந்து, தேவர்களை அழைத்து நந்திக்கு உதவுமாறு உத்தரவிட்டார்.

இந்திரனும் மற்ற தேவர்களும், சிவனின் படையுடன் சேர்ந்து அசுர் களை எதிர்த்தனர். தேவர்கள் திடீரெனப் போரில் ஈடுபட்டதால் அசுர் களின் கவனம் அவர்களின் பக்கம் திரும்பியது. இந்தச் சந்தர்ப்பத்தைப் பயன்படுத்திக்கொண்டு அசுரர்களின் மத்தியில் நந்திதேவர் ஊடுருவிச் சென்றார். அங்கிருந்த சுக்ராச்சாரியாரைக் கடத்திக்கொண்டு வந்து சிவபெருமானின் முன் நிறுத்தினார். சிவன் உடனே சுக்ராச்சாரியாரை விழுங்கிவிட்டார். அடுத்த கணம், தாம் சிவபெருமானின் வயிற்றில் இருப்பதை உணர்ந்தார் முனிவர்.

சிவபெருமானின் வயிற்றிலிருந்து வெளியே வர சுக்ராச்சாரியார் செய்த முயற்சிகள் எதுவும் பலனளிக்கவில்லை. வேறு வழியில்லாமல் அவர் சிவனைப் போற்றித் துதித்தார். முனிவரின் பக்தியைக் கண்டு மனம் குளிர்ந்த சிவபெருமான் அவருக்கு ஒரு வரம் அளித்தார். தன்னை வெளியே விடுமாறு சுக்ராச்சாரியார் வேண்ட, சிவனும் அவர் வேண்டிய வரத்தை அளித்தார். சுக்ராச்சாரியார் வெளியே வர வழி தேடியபோது சிவபெருமானின் வயிற்றில் இந்தப் பிரபஞ்சமே இருப்பதைக் கண்டார்.

ஒரு தேவ ஆண்டு முயன்றும் அவரால் வெளியே வர இயலவில்லை. இறுதியில் சிவனிடம் சரணடைந்தார் முனிவர். சிவபெருமான் சுக்ராச்சார்யரிடம், 'என் வயிற்றில் தங்கியதால் நீர் என் மகனாகி விட்டீர். இனி நீர் விடுதலை பெறலாம்!' என்று சொன்னார். விடுதலை பெற்றவுடன் சிவனை வணங்கிவிட்டு மீண்டும் அசுரர்கள் படைக்குச் சென்றுவிட்டார். சுக்ராச்சார்யர் மீண்டும் வந்து சேர்ந்ததைக் கண்ட அசுரர்கள் மகிழ்ச்சியடைந்தனர்.

எட்டு தேவ ஆண்டுகள் கடும்போர் நடந்தது. தேவர்களின் ஆதிக்கம் ஓங்குவதைக் கண்ட அசுரர்கள் தங்கள் மாயாஜாலங்களால்

கணங்களையும் தேவர்களையும் விழுங்கி விட்டனர். கணங்களும் தேவர்களும் இல்லாமல் மந்திரமலை வெறிச்சோடி இருந்ததைக் கண்ட சிவபெருமான் கடும்கோபம் கொண்டார். அவரது கோபத்தில் இருந்து 'ஜிரிம்பாயிகா' என்னும் உருவம் தோன்றியது. அவ்வுருவம் அசுரர்களைத் தொட்டவுடன் அவர்கள் கொட்டாவி விட்டனர். அவர்களின் திறந்த வாயில் இருந்து எல்லா கணங்களும், தேவர்களும் வெளிவந்தனர். மீண்டும் தொடங்கிய போர் 700 ஆண்டுகள் தொடர்ந்து நடைபெற்றது.

சிவனை வெல்ல முடியாது என்று உணர்ந்த அந்தகன் பார்வதியை வஞ்சகமாக அடையவேண்டும் என்று திட்டமிட்டான். இதற்காகத் தன் நம்பிக்கைக்குப் பாத்திரமான தளபதி சுந்தாவின் உதவியை நாடினான். 'சுந்தா, நீ என் சகோதரன் போன்றவன். பல்லாண்டுகளாக இந்தப் போர் தொடர்ந்து நடைபெற்றுக்கொண்டிருக்கிறது. நான் பார்வதியை அடைவதற்கு நீதான் உதவி செய்ய வேண்டும். அதனால் நான் பார்வதியை சிவன் உருவத்தில் சென்று சந்திக்கப் போகிறேன். நீ நந்தியாக மாறி என்னுடன் வரவேண்டும்!' என்று அந்தகன் கூறினான். சுந்தாவும் தன் தலைவனுக்கு உதவ இதற்குச் சம்மதித்தான்.

திட்டமிட்டபடி சுந்தாவும் அந்தகனும் உருமாறினார்கள். நந்தியின் மீது சிவன் வருவதைக் கண்டாள் பார்வதி. சிவனின் (அந்தகனின்) உடலில் காயம் இருப்பதைக் கண்ட பார்வதி தனது தோழிகளை அழைத்து, 'தோழிகளே, அசுரர்களால் என் கணவருக்கு பலத்த காயங்கள் ஏற்பட்டுள்ளன. அதனால் உடனே சென்று மூலிகைகளைக் கொண்டு வாருங்கள். அவரது காயத்திற்கு மருந்து போடலாம்' என்றாள். அவர்கள் மூலிகைகளை எடுத்துக்கொண்டு வருவதற்கு சென்றார்கள். அதற்குள் காயத்தின் தன்மையைப் பரிசோதிப்பதற்காக பார்வதி சிவனின் அருகில் நெருங்கி வந்தாள். அப்போது சிவனின் உடலில் ஏதோ ஒரு மாற்றம் தென்படுவதைக் கண்ட பார்வதி சந்தேக மடைந்தாள்.

தனது கணவனின் உருவில் வேறு யாரோ வந்திருக்கிறார்கள் என்பதை உணர்ந்த பார்வதி ஏதோ ஒரு ஆபத்து தனக்கு நேரப் போகிறது என்பதை அறிந்துகொண்டாள். உடனே தன் தோழிகளுடன் அங்கிருந்து ஓடினாள். இதைக் கண்ட அந்தகன் அவர்களைப் பின் தொடர்ந்து சென்றான். பார்வதியும் அவளது தோழிகளும் புதர்களின் நடுவில் சென்று மறைந்துகொண்டனர். அவர்களின் இருப்பிடத்தைக் கண்டுபிடிக்க முடியாமல் அந்தகன் மீண்டும் போர்க்களத்திற்குச் சென்று போரைத் தொடர்ந்தான்.

தேவர்கள் அசுரர்களுடன் கடும்போர் புரிந்தனர். போர்க்களத்திற்கு வந்த மகாவிஷ்ணு அசுரசேனையை நாசப்படுத்தினார். பிரம்மதேவர் தமது கமண்டலத்திலுள்ள புனித நீரைத் தேவர்கள்மீது தெளித்தார். இதனால் புத்துணர்வு பெற்ற தேவகணங்கள், அசுரர்களை மேலும் கடுமையாகத் தாக்கினர். பாலன் என்னும் அசுரனின் தலைமீது இந்திரன் தனது வஜ்ராயுதத்தால் தாக்கினான். ஆனால் வஜ்ராயுதம் தூள் தூளாயிற்று. இதைக் கண்ட இந்திரன் பயந்து போர்க்களத்தை விட்டு ஓடினான்.

இந்திரன் பயந்து ஓடுவதைக் கண்ட ஜம்பு என்னும் அசுரன் அவனைப் பார்த்துக் கேலி செய்தான்; சண்டைக்கு வாவென சவால் விடுத்தான். ஜம்புவுடன் போரிட தனக்கு ஓர் ஆயுதம் வேண்டுமென்று இந்திரன் மகாவிஷ்ணுவிடம் வேண்டினான். விஷ்ணு, இந்திரனை அக்னியிடம் அனுப்பினார். அக்னி தனது சக்தியைக் கொண்டு 'சக்தி' என்னும் ஆயுதத்தை உருவாக்கி இந்திரனிடம் கொடுத்தான். சக்தி ஆயுதத்தைப் பெற்றுக்கொண்டு இந்திரன் தன் யானை ஐராவதத்தின் மீதேறி ஜம்புவைத் தாக்கச் சென்றான்.

ஜம்பு ஐராவதத்தைத் தன் அசுரபலங் கொண்டு தாக்க, யானைமீது இருந்து இந்திரன் தரையில் விழத்தொடங்கினான். இதைக் கண்ட சித்தர்களும் சாரணர்களும் ஒரு பெரிய தேரை உருவாக்கி இந்திரனுக்கு அளித்தனர். இந்திரனுக்கு சாரதியாக மாதிலி என்பவனையும் அனுப்பி வைத்தனர். இந்திரன் பூமியில் விழுந்தபோது பூமியே அதிர்ந்தது. மாதிலி, சமிக்க முனிவரின் மகன்.

இந்திரன் தேர்மீது ஏறிக்கொள்ள, மாதிலி தேரைப் போர்க்களத்திற்கு ஓட்டினான். வழியில் வண்ணமயமான அம்புகளையும் வில்லையும் எடுத்துக்கொண்டு போரிடச் சென்றான். புத்துணர்வுடன் திரும்பிய இந்திரன், அசுரர்களைக் கொன்று குவித்தான். ஜம்புவும் குஜம்புவும் ஆவேசமாக இந்திரனைத் தாக்க வந்தனர். ஆனால் விஷ்ணுவின் சுதர்சனச் சக்கரம் குஜம்பனின் தலையைக் கொய்தது. தனது தண்டாயுதத்தால் இந்திரனைத் தாக்க வந்தான் ஜம்பு. அக்னிதேவன் தன்னிடம் அளித்த சக்தி ஆயுதத்தால் ஜம்புவைக் கொன்றான் இந்திரன். இதைக் கண்ட அசுரர்கள் போர்க்களத்தை விட்டு ஓடினர்.

சிவன் அந்தகனைக் கொல்லுதல்

அசுரப் படைக்குப் பெரும் பேரிழிவு ஏற்பட்டாலும் அந்தகன், சிவபெருமானுடன் தொடர்ந்து போர் செய்தான். போரைத் தற்காலிக மாக நிறுத்துவதற்கு சுக்கிராச்சாரியார் கூறிய அறிவுரையையும் அவன் ஏற்க மறுத்தான். 'மகேஸ்வரன், இந்திரன் உள்ளிட்ட எல்லா

தேவர்களும், என் சினத்திற்கு இரையாகிவிடுவார்கள். அவர்களை விரைவில் வெற்றி கொள்வேன்!' என்று அந்தகன் சூளுரைத்தான்.

பின், அந்தகன் தேரை வேகமாகச் செலுத்தி, தேவர்கள்மீது அம்புமழை பொழிந்தான். அவை தேவர்களை மறைத்தன. அந்தகனின் தேரோட்டியைக் கொன்றால் அந்தகனைக் கொல்வது எளிதாகி விடும். அதனால் அவனது சாரதியைக் கொல்லுமாறு தேவர்களுக்கு மகாவிஷ்ணு உத்தரவிட்டார்.

எல்லா தேவர்களும் அசுரர்களைத் தாக்கப் புத்துணர்வுடன் சென்றனர். விஷ்ணு தனது தண்டாயுதத்தால் விரோதிகளின் ஆயிரக்கணக்கான குதிரைகளைக் கொன்று குவித்தார். ஸ்கந்தன், அந்தகனின் சாரதியைக் கொன்றார். விநாயகர் கணங்களுடன் சேர்ந்து அந்தகனின் தேரை அழித்தார். தேரை இழந்த அந்தகன் தன்னிடமிருந்த தண்டாயுதத்தால் தேவர்களைத் தாக்கினான். தேவர்கள் ஆபத்தில் இருப்பதைக் கண்ட சிவன், அந்தகனைப் போருக்கு அழைத்தார். நந்தியின்மீது அமர்ந்திருந்த ஈசனைத் தாக்கினான் அந்தகன். நந்தியின் மீதிருந்து கீழே குதித்த ஈசன் தனது சூலாயுதத்தால் அந்தகன் மார்பைத் துளைத்தார். ஆனால் அந்தகன் உயிர் போகவில்லை.

அவனது உடலில் இருந்து பெருகிய உதிரத்தை ஓர் சிவகணம் குடித்தது. அந்த சிவகணம் அங்காரம் (நெருப்பு) போல் இருந்ததால் அதற்கு சிவபெருமான் 'அங்காரகன்' என்று பெயரிட்டு நவக்கிரகங்களுள் ஒன்றாக இருக்கும்படி அருள் புரிந்தார். சிவகணத்தால் உதிரம் உறிஞ்சப்பட்ட அந்தகன் ரத்தம் குன்றி உடல் உலர்ந்துபோய், எலும்பும் தோலுமாக மாறிப் போனான். அவனது பாபமும் அகன்றது.

இறுதியில் அந்தகன் தன் தவறை உணர்ந்து சிவனிடம் மன்னிப்புக் கேட்டான். இறைவன் அவனுக்கு விமோசனம் அளித்தார். அந்தகன் சிவபெருமானது சொரூபத்தை உணர்ந்து தான் செய்த பாபத்தை எண்ணி வேதனை அடைந்தான். அரனைத் துதித்துப் போற்றினான். சிவபெருமான் அவனை 'பிருங்கி' என்ற பெயருடன் கணங்களின் தலைவர்களுள் ஒருவனாக இருக்க அருள் புரிந்தார்.

கணங்களின் தலைவனாக மாறிய 'பிருங்கி' பார்வதி தேவியிடமும் தனது பாவச் செயல்களை மன்னித்து அருளுமாறு வேண்ட, தேவியும் அவனை மன்னித்து ஆசீர்வதித்தாள்.

14

பலி இந்திரலோகத்தைக் கைப்பற்றுதல்

ஐந்தாவது கலியுகத்தின் தொடக்கத்தில் மீண்டும் தேவ அசுர யுத்தம் தொடங்கும் சூழல் உருவானது.

மகாவிஷ்ணு காலநேமியை வதம் செய்தல்

மன்னனான பலியிடம், மாயாவும் மற்றைய அசுர்களும் சென்று பலியின் தந்தை விரோச்சனையும் அவரது உறவினர்களையும் கொன்றதற்காக இந்திரனைப் பழிவாங்கவேண்டும் என்று ஆத்திரத்துடன் முறையிட்டனர். இதைக் கேட்டு வெகுண்ட பலி, பெரும் படையுடன் தேவர்களை எதிர்த்துப் போரிடப் புறப்பட்டான்.

பலி படையெடுத்து வருவதை அறிந்த இந்திரன், தேவர்கள் படையுடன் உதயாசல் மலையின் அடிவாரத்திற்கு வந்தான். அங்கு தேவர்களுக்கும், அசுர்களுக்கும் இடையே கடும் போர் நிகழ்ந்தது. அதனால் வானம் முழுதும் புழுதிப் படலமும், பூமி முழுவதும்

ரத்த வெள்ளம் நிறைந்து காணப்பட்டது. கார்த்திகேயன் தீரத்துடன் போரிட்டு, பல அசுரர்களை வெட்டி வீழ்த்தினார். அசுரர்களும் கடுமையாகப் போரிட்டு தேவர்களைக் கொன்று குவித்தனர். அப்போது மகாவிஷ்ணுவும் தோன்றி அசுரர்களைக் கொன்று பெரும் நாசத்தை ஏற்படுத்தினார்.

இதைக் கண்ட காலநேமி என்னும் அசுரன் ஆவேசத்துடன் போர்க் களத்திற்கு வந்து யட்சர்களையும், கின்னரர்களையும், தேவர்களையும் விழுங்கினான். இதைக் கண்டு பயந்த தேவர்கள் போர்க்களத்தை விட்டு ஓட்டம் பிடித்தனர். அதனால் தாங்கள் வெற்றியடைந்ததாக எண்ணி அசுரர்கள் வெற்றி முழக்கம் எழுப்பினர். இதன் காரணமாக சினம் கொண்ட மகாவிஷ்ணு போர் நடைபெறும் உதாயசல மலையை தனது அம்புகளால் மறைத்தார். பலியும் மாயாவும் விஷ்ணுவை எதிர்க்குமாறு காலநேமியைத் தூண்டினர். விஷ்ணுவிற்கும் காலநேமிக்கும் போர் நடந்தது. காலநேமி தண்டாயுதத்தால் விஷ்ணுவைத் தாக்க, மகாவிஷ்ணுவின் சக்கரம் அதை அழித்தது. பின்னர் விஷ்ணு, காலநேமியின் கைகளையும் தலையையும் வெட்டி வீழ்த்தி வதம் செய்தார். இதைக் கண்ட அசுரர்கள் போர்க்களத்தை விட்டு ஓடினர்.

பலி சக்ரவர்த்தி சொர்க்கத்தைக் கைப்பற்றுதல்

காலநேமி போர்க்களத்தில் மாண்டதைக் கண்ட பலியும் பாணாசுரனும் அசுரர்களுக்குக் கைகொடுக்க ஓடி வந்தனர். அவர்கள் வருவதைக் கண்ட அசுரர்கள் உற்சாகமடைந்து மீண்டும் போர்க்களத்திற்குத் திரும்பினர். தேவர்களை வீரத்துடன் போர் புரியுமாறு அறிவுறுத்திவிட்டு விஷ்ணு மறைந்துவிட்டார். விஷ்ணு இல்லாததால் எளிதாக தேவர்களை வென்றுவிடலாம் என்று அசுரகுரு சுக்கராச்சாரியார் யூகித்தார். மீண்டும் அசுரர்களுக்கும் தேவர்களுக்கும் கடும் போர் நிகழ்ந்தது.

பலி தனது தண்டாயுதத்தால் தேவர்களைத் தாக்கினான். பாணாசுரன் தன் ஆயிரம் கைகளால் தேவர்கள் படையை நாசமாக்கினான். தேவர்கள் தோற்றுப்போய் பயந்து ஓடினர். அசுரர்கள் வெற்றி முழக்கத்துடன் சொர்க்கத்தை கைப்பற்றிக் கொண்டனர். இந்திராதி தேவர்கள் சொர்க்கத்தைவிட்டு பிரம்மலோகத்தில் தஞ்சம் அடைந்தனர். பலி தன் உறவினர்களுடன் சேர்ந்து சொர்க்கத்தை ஆண்டான். ஒருநாள் பலி தன் பாட்டனார் பிரகலாதனைச் சந்தித்து சொர்க்கத்தை ஆளுமாறு வேண்டினான். ஆனால் பிரகலாதன் அதை ஏற்கவில்லை.

தான் யோக தர்மத்தை ஏற்றுக்கொண்டிருப்பதால் பொருள் சார்ந்த வாழ்க்கையை தன்னால் ஏற்க இயலாது என்று கூறிய பிரகலாதன், 'நீதான் உன் வீரத்தினால் சொர்க்கத்தை வென்றிருக்கிறாய். எனவே நீதான் இந்திரலோகத்தை ஆளவேண்டும்!' என்றார்.

தான் அறநெறியில் ஆட்சி நடத்தவும், அறம், பொருள், இன்பம், வீடு போன்ற அறவழிகளைக் கடைப்பிடிக்கவும் தன்னை வாழ்த்தி ஆசீர்வதிக்குமாறு பலி தன் பாட்டனாரை வேண்டினான். நல்ல முறையில் ஆட்சி நடத்துமாறு பிரகலாதன் தன் பேரனை வாழ்த்தினார்.

'உலக நன்மையைக் கருதி ஆளவேண்டும் என்றும் மூன்று இனத்தாரும் மகிழும்படி ஆட்சி இருக்க வேண்டும்' என்றும் பிரகலாதன் தன் பேரனுக்கு அறிவுரை கூறினார். தொடர்ந்து 'மக்கள் தர்மத்தின் வழி நடந்தால் அறநெறி வளரும்; அறநெறி வளர அரசன் ஆட்சி நன்றாக அமையும்!' என்றும் பிரகலாதன் கூறினார். பலியும் அவ்வாறே ஆட்சி புரிவதாக சம்மதித்தான்.

பலியின் மகிமை

புலஸ்தியர் சொன்னார், 'பலியின் நேர்மையான ஆட்சி கலியுகத்தை சத்யுகமாக மாற்றிவிட்டது. குடிமக்கள் வேள்விகள் செய்கின்றனர்; தவம் செய்கின்றனர். அகிம்சை வழியில் நடக்கின்றனர்; உண்மை பேசுகின்றனர். அதனால் மகிழ்ந்த லக்ஷ்மி தேவி பலியிடம் சென்று, 'நீ வெற்றி வாகை சூடிய அரசனாக இருப்பதால் உன்னை வாழ்த்த வந்திருக்கிறேன். இந்திரனை வென்று மூன்று உலகங்களையும் உன் ஆளுகைக்குக் கொண்டுவந்திருக்கிறாய், அதனால் நான் உனது இருப்பிடத்திற்கு வந்து தங்கி விடுகிறேன்!' என்று ஆசி கூறினாள். அதனால் பலியின் ஆட்சியில் மக்கள் மகிழ்ச்சியாகவும் வளமாகவும் இருந்தார்கள். யாரும் பசியால் வாடவில்லை; எல்லோருடைய விருப்பங்கள் நிறைவேற்றப்பட்டன; நன்னெறியும் மதநம்பிக்கையும் உயர்ந்து விளங்கின. அவரது ஆட்சியில் எல்லா வளங்களும் நிறைந்திருந்தன.'

'பின்னர் பிரகலாதன் லிங்காபத மலைக்குச் சென்று சங்கரனை வழிபட்டார். தொடர்ந்து அங்கிருந்து புறப்பட்டு கேதார் தீர்த்தம், பத்ரிகாசிரமம், பத்ரகர்ணா, விபாஷா போன்ற புண்ணிய இடங்களுக்குச் சென்றார். பின் ஐராவதிக்குச் சென்று அங்கிருக்கும் கடவுளை வழிபட்டார். அக்கடவுள்தான் புரூரவனுக்குக் கண் பார்வை கொடுத்தவர்' என்று புலஸ்தியர் கூறினார்.

இதைக் கேட்ட நாரதர், புரூரவனின் கதையைக் கேட்க ஆவலுற்றார். புலஸ்தியர் தொடர்ந்தார்:

புரூரவனுக்குப் பார்வை

முன்னொரு காலத்தில் சுதர்மா என்ற ஒரு பெருவணிகன் இருந்தான். ஒருமுறை அவன் சௌராஷ்ட்ரா பாலைவனத்தின் வழியாகச் சென்ற போது கொள்ளைக்காரர்கள் அவனது உடைமைகள் அனைத்தையும் கொள்ளை அடித்துவிட்டனர். உடைமைகளை இழந்த சுதர்மா, பாலைவனத்தில் பைத்தியக்காரனாக அலைந்து திரிந்துகொண்டிருந்தான். அங்கு அவன் ஷாமி மரத்தைக் கண்டு அதன் நிழலில் ஓய்வு எடுத்தான். அந்த மரத்தில் பல பேய்கள் குடிகொண்டிருந்தன.

சுதர்மாவைக் கண்ட பேய்களின் தலைவன் அவனிடம், 'எங்கே போகிறாய்?' என்று கேட்டது. சுதர்மா அதனிடம் தன் சோகக் கதையைக் கூறினான். இதைக் கேட்ட அந்த பேய்களின் தலைவன் அவனிடம், 'இதனால் நீ மனம் தளரக்கூடாது. இதையே எண்ணிக் கொண்டிருந்ததால் உன் உடல்நிலை மோசமாகிவிடும்; இவ்வாறு மனம் உடைந்து போய்விட்டால் மீண்டும் நீ செல்வந்தனாக ஆக முடியாது!' என்றும் சொன்னது. பின்னர் சுதர்மாவுக்கு உணவளிக்கும் படி அங்கிருந்த மற்றொரு பேயிடம் சொன்னது.

சுதர்மா உணவு உண்டபின், அந்தப் பேய்களின் தலைவனிடம், 'நீ யார், உங்களுக்கு எவ்வாறு இத்தகைய சுவையான உணவு இந்தப் பாலைவனத்தில் கிடைத்தது!' என்று கேட்டான். பேய்த் தலைவன் தன் கதையைக் கூறினான். 'என்னுடைய முந்தைய பிறப்பில் நான் பிராமணனாக இருந்தேன். என்பெயர் சோமஷர்மா. நான் ஒரு ஏழையாக இருந்தேன். ஆனால் என் அண்டை வீட்டுக்காரன் சோமஷரவன் ஒரு செல்வ வணிகன். நான் எழையாக இருந்ததால். என்னால் மதச் சடங்குகளைச் சரிவரச் செய்ய முடியவில்லை.

ஒருநாள் ஆவணி துவாதசியன்று எல்லா இனத்தவரும் ஐராவதி நதியிலும் நத்வாலா நதியிலும் புண்ணிய நீராடுவதற்காகக் கூடினர். நானும் அவர்களைப் பின்தொடர்ந்து இங்கே வந்து புனித நீராடினேன்; எல்லா மதச் சடங்குகளையும் செய்தேன். நான் குடை, செருப்புகள், இனிப்புகள், தயிர் போன்ற பொருட்களை தானம் கொடுத்தேன். இதற்குப் பின் நான் எதையும் தானம் கொடுக்க வில்லை. அதனால் நான் இறந்தபின் பேயாக மாறிவிட்டேன். என்னுடன் வந்தவர்கள் தானம் கொடுக்கவில்லை. நான் உனக்கு கொடுத்த சுவையான உணவு, நான் என் முந்தைய பிறவியில் கொடுத்த உணவுதான். இந்த ஷாமி மரம் நான் கொடுத்த குடைதான்!' என்று சொல்லி முடித்தான்.

சுதர்மா இதைக் கேட்டு அதிசயித்து, 'நான் உனக்கு ஏதாவது உதவி செய்ய முடியுமா?' என்று கேட்டான். அதற்கு அந்த பேய்த் தலைவன், 'கயைக்குச் சென்று பிண்டம் போடவேண்டும்; அவ்வாறு நீ பிண்டம் இட்டால்தான் இந்த நிலையிலிருந்து நான் விடுபடுவேன்!' என்றான். அவ்வாறே செய்தான் சுதர்மா. பேய்கள் விடுதலை பெற்று பிரம்ம லோகத்திற்குச் சென்றன. சோமஷர்மா ஒவ்வொரு ஆண்டும் ஆவணி துவாதசி விரதத்தை மேற்கொண்டான்.

விதியின் விளைவால் சுதர்மா உயிர் துறந்தான். அடுத்த பிறவியில் அவன் ஒரு அரச குடும்பத்தில் பிறந்தான். உரிய காலம் வந்தவுடன் 'ஷாகல் பூரி' என்னும் பகுதிக்கு அரசனானான். உடலின்பத்தில் மூழ்கி சுகபோக வாழ்க்கை வாழ்ந்து வந்தான். அவன் இறந்தபின், அடுத்த பிறவியில் ஒரு பிராமணக் குடும்பத்தில் பிறந்தான். அவன் அழகில்லாமல் இருந்தாலும், பல சாஸ்திரங்களைக் கற்றிருந்தான். சில வருடங்கள் கழித்து அவன் திருமணம் செய்துகொண்டான். அவனது அழகைப் பற்றி அவனது மனைவி கேலி செய்தாள். அதனால் அவன் ஐராவதிக்குச் சென்று பக்தியுடன் ஜகன்னாதரை வழிபட்டான். ஜகன்னாதரின் கருணையினால் அவன் அழகிய வடிவம் பெற்றான். அவன் திருமண வாழ்க்கை சிறப்பாக இருந்தது. அவன் இறந்தபின் மறுபிறவியில் புரூரவன் என்ற அரசனாகப் பிறந்தான்.'

புலஸ்தியர் மேலும் சொன்னார். 'புனித யாத்திரை மேற்கொண்ட பிரகலாதன் மானச தீர்த்தம், கெளஷிகி, தேவநாத், ஹஸ்தினாபுரம் போன்ற இடங்களுக்குச் சென்றார். இறுதியில் யமுனை நதிக்கரைக்குச் சென்று திரிவிக்கிரமனைத் தரிசித்தார்.'

உடனே நாரதர் புலஸ்தியரிடம், 'இன்னும் வாமன அவதாரமே நிகழவில்லையே, அதற்குள் அவர் எவ்வாறு திரிவிக்கிரமனைத் தரிசிக்க முடியும்!' என்று கேட்டார். இதைக் கேட்ட புலஸ்தியர் பின்வரும் கதையைக் கூறினார்.

15

துந்துவும் வாமனரும்

'**கா**சியப முனிவருக்கு துந்து என்ற மகன் இருந்தான். அவன் அசுர குணங்களைக் கொண்டிருந்தான். அவன் பிரம்மாவை நோக்கி கடும் தவம் புரிந்தான். பிரம்மா அவன் முன் தோன்றி என்ன வரம் வேண்டும்? என்று கேட்டார். தேவர்களால் தனக்கு மரணம் நேரக்கூடாது என்னும் வரத்தைக் கேட்டான் துந்து. பிரம்மாவும் அவன் கேட்ட வரத்தை அளித்து மறைந்தார். வரம் பெற்ற அசுரன் தேவலோகத்தின் மீது போர் தொடுத்தான். அவனது தாக்குதலைச் சமாளிக்க முடியாமல் தேவர்கள் ஓடினர். துந்து தேவர்களைத் தோற்கடித்து சொர்க்கத்தை விட்டு விரட்டிவிட்டான். அவர்கள் பிரம்ம லோகத்தில் புகலடைந்தனர்.

துந்து, இந்திரனைத் தோற்கடித்து மூன்று உலகங்களையும் தனது கட்டுப் பாட்டில் கொண்டுவந்தான். ஹிரண்யாட்சன் உள்ளிட்ட அரக்கர்கள் துந்துவை நாடி வாழ்ந்து வந்தனர். ஒருநாள் துந்து தைத்யர்களை நோக்கி,

'நம்மிடம் தோற்றுச் சென்ற தேவர்கள் எங்கு இருக்கிறார்கள் என்று கேட்டான். அதற்கு அசுரர்கள், 'அரசே! தேவர்கள் பிரம்ம தேவரின் இருப்பிடமான சத்தியலோகம் சென்று அங்கு வசிக்கிறார்கள்!' என்று தெரிவித்தனர். இதைக் கேட்ட துந்து, 'இந்த தேவர்களை விடக்கூடாது! நாம் பிரம்மலோகம் சென்று அவர்களை அழித்துவிட்டு வருவோம்!' என்றான்.

உடனே, அசுரர்கள் துந்துவை நோக்கி, 'அரசே! நம்மால் அங்கு செல்ல முடியாது. சொர்க்கத்திலிருந்து பல்லாயிரக்கணக்கான யோஜனை தூரத்தில் தேவர்களின் உலகங்களில் ஒன்றான மகரலோகம் உள்ளது. அங்குள்ள மகரிஷிகள் நம்மைத் தங்களது கண்களாலேயே எரித்து விடுவர். அங்கிருந்து கோடி யோஜனை தூரத்தில் உள்ள ஜனலோகத்தில் உள்ள கோமாதாக்கள் அசுரர்களைக் கொன்றுவிடுவர். அங்கிருந்து முப்பது கோடி யோஜனை தூரத்தில்தான் எப்போதும் வேதம் ஒலித்துக்கொண்டிருக்கும் சத்தியலோகம் இருக்கிறது.

'நாம் சத்தியலோகம் சென்றால் அங்கு எதிரொலிக்கும் வேதத்தின் ஒலி நம்மைக் கொன்றுவிடும். மேலும் தங்களுக்கு வரமளித்த பிரம்ம தேவரின் இருப்பிடத்தின்மீதே நாம் போர் தொடுப்பது நல்லதல்ல!' என்று எடுத்துரைத்தனர்.

இதைக் கேட்ட துந்துவுக்கு பிரம்மலோகத்தை வெற்றி கொள்ளும் எண்ணம் மேலும் அதிகமாகியது. அதற்கு ஆலோசனை கூறுமாறு தனது சேனாதிபதியைக் கேட்டான். அதற்கு சேனாதிபதி, குலகுரு வான சுக்ராச்சாரியாரிடம்தான் இதுபற்றிக் கேட்கவேண்டும் என்று கூறினான்.

இதைக் கேட்ட துந்து, தனது குருவான சுக்ராச்சாரியாரை நோக்கி, 'அப்படியானால் அமரர்கள் மட்டும் எவ்வாறு அங்கு சென்றனர்?' என்று கேட்டான். அதற்கு சுக்ரர், 'நூற்றி ஒன்று அசுவமேத யாகம் செய்தவர்களே அங்கு செல்ல முடியும்!' என்று பதில் உரைத்தார். தானும் அசுவமேத யாகங்களைச் செய்து பிரம்மலோகம் செல்ல விரும்பினான் துந்து. பூலோகம் சென்று தேவிகா நதிக்கரையில் உள்ள பார்க்கவ முனிவர்களை யாகம் செய்ய நியமித்தான். இதைக் கண்டு கலக்கமடைந்த தேவர்கள் மகாவிஷ்ணுவைச் சரணடைந்தனர்.

வாமனர் தோன்றினார்

அப்போது தேவர்களைக் காப்பாற்றுவதற்காக பகவான் முதன் முதலாக வாமன அவதாரத்தை எடுத்தார்.' என்று கூறிய புலஸ்தியர் தொடர்ந்து கூறினார்.

'பார்க்கவ முனிவர்கள் யாகம் செய்துகொண்டிருந்த தேவகி நதியில் வாமனர் மிதந்து வந்தார். நீரில் மூழ்குவது போலவும் வெளியில் வருவது போலும் மிதந்தார். யாகசாலையிலிருந்து பார்ப்பவர்களுக்கு ஒரு குழந்தை நீரில் மூழ்குவது போன்ற தோற்றத்தை ஏற்படுத்தினார். அனைவரும் ஓடிச்சென்று குழந்தையைக் காப்பாற்றி கரைக்கு அழைத்து வந்தனர்.

குழந்தையை அனைவரும் சூழ்ந்துகொண்டு, நீ யார்? எங்கிருந்து வருகிறாய்? நதியில் எப்படி விழுந்தாய்? என்று விசாரித்தனர்.

அதற்கு வாமனர், 'வருண கோத்திரத்தில் பிறந்த பிரபாசன் என்னும் அந்தணரின் இளைய மகன் நான். எனது பெயர் கதிபாசன். எனக்கு மூத்தவன் பெயர் நேத்ரபாசன். எனது தந்தை இறந்தபிறகு சொத்தில் எனக்கு சமபாகம் வேண்டும் என்று கேட்டேன். ஆனால் எனது சகோதரன், 'கூன், குருடு, வாமனன், அலி, பித்தன், குஷ்டரோகி போன்றவர்களுக்கு சொத்தில் பங்கு கிடையாது. ஆகவே வாமனனாகிய உனக்கு இந்தச் சொத்தில் பங்கு இல்லை!' என்று மறுத்து விட்டான்.

ஆனாலும் நான் விடாமல் எனது பாகத்தைத் தரும்படி எனது சகோதரனை வற்புறுத்தினேன். அவன் கோபம் கொண்டு என்னை நதியில் தூக்கி எறிந்துவிட்டான். இறைவனின் கருணையால் நீரில் மிதந்தேன்!' என்று கூறினார்.

காசியப முனிவருக்கு மகனாக, இந்திரனுக்கு சகோதரனாகப் பிறந்து பாற்கடலில் பள்ளிகொண்டிருப்பதையே வாமனர் இவ்வாறு தெரிவித்தார்.

பார்க்கவ முனிவர்கள் துந்துவிடம் சென்று வந்திருக்கும் விருந்தினருக்கு மரியாதை செய்யும்படிக் கூறினர்.

துந்துவும் வாமனரை வரவேற்று அவருக்கு வேண்டிய பொருளைத் தருவதாகத் தெரிவித்தான். எனது பாதத்தால் மூன்று அடி மண் தந்தால் போதுமானது என்று வாமனர் தெரிவிக்க, அசுரனும் அவ்வாறே தருவதாக உறுதி அளித்தான். வாமனர் திரிவிக்கிரமனாகத் தோன்றி முதல் அடியால் மண்ணுலகத்தையும், இரண்டாவது அடியால் விண்ணுலகத்தையும் அளந்தார். மூன்றாவது அடியை துந்துவின் முதுகில் வைத்து வேகமாக அழுத்தினார். அந்த வேகத்தில் அவன் பூமிக்குள் முப்பதினாயிரம் அடி உள்ளே சென்றான். அவன் மேல் மணல் மூடிக்கொண்டது. வாமனர் இந்திரனுக்கு மீண்டும் சுவர்க்கத்தை

அளித்து மறைந்தார். இதுவே மகாவிஷ்ணுவின் முதல் வாமன அவதாரமாகும்' என்று கூறிய புலஸ்தியர் மேலும் தொடர்ந்தார்:

பிரகலாதனின் யாத்திரை

'பிரகலாதன் ரிஷிகன்யா என்ற புனித தலத்திற்குச் சென்று ஐராவதி நதியில் நீராடினார். அங்கு ஜனார்த்தனனை வழிபட்டு அங்கிருந்து குருக்ஷேத்திரத்திற்குச் சென்றார். அங்கு குருத்வாஜரையும் நரசிம்மரையும் வழிபட்டார். தேவிகா நதியில் நீராடிவிட்டு அங்கிருந்து புறப்பட்டு கோகர்ண தீர்த்ததிற்குச் சென்றார். அங்கே பிராச்சி நதியில் நீராடிவிட்டு விஷ்வகர்மாவை வணங்கினார். பல புண்ணியத் தலங்களுக்குச் சென்று தரிசித்துவிட்டு இறுதியில் மதுநந்தினி என்ற இடத்திற்கு வந்தார். அங்கு சிவனையும் விஷ்ணுவை யும் வணங்கினார். சிவன் கையில் சக்கரமும் விஷ்ணுவின் கையில் திரிசூலமும் இருக்கக்கண்டு அதிசயித்தார்' என்று புலஸ்தியர் கதை சொல்லி வந்தபோது, நாரதர் இடைமறித்து, 'சிவன் கையில் சக்கரமும் விஷ்ணுவின் கையில் திரிசூலமும் இருக்கக் காரணம் என்ன மகரிஷி?' என்று ஆர்வத்துடனும் ஆச்சரியத்துடனும் கேட்டார்.

புலஸ்தியர் விளக்கினார்: முன்னொரு காலத்தில் ஜலோத்பவன் என்றொரு அசுரன் இருந்தான். அவன் பிரம்மதேவனை நோக்கிக் கடும் தவம் புரிந்து சாகாவரம் பெற்றான். சாகாவரம் பெற்றதால் ஆணவம் கொண்ட ஜலோத்பவன், முனிவர்களுக்கும் தேவர்களுக்கும் பெரும் தொல்லைகள் கொடுத்தான். தேவர்கள் விஷ்ணுவிடம் முறையிட்ட னர். மகாவிஷ்ணு அவர்களை அழைத்துக்கொண்டு இமயமலைக்குச் சென்று சிவபெருமானைச் சந்தித்தார். இருவரும் தங்கள் ஆயுதங்களை மாற்றிக்கொண்டனர். பின்னர் அனைவரும் ஜலோத்பவனைக் கொல்லச் சென்றனர்.

இவர்கள் வருவதைக் கண்ட அசுரன் நதியில் மூழ்கி மறைந்து விட்டான். சிவனும், விஷ்ணுவும் நதியின் எதிர்க்கரைக்குச் சென்று அவன் வருகைக்காகக் காத்திருந்தனர். சிறிது நேரம் கழித்து நதியினின்று வெளியே வந்தான் அசுரன். அங்கு சிவனும், விஷ்ணுவும் இல்லாததைக் கண்டு அங்கிருந்து இமயமலைக்குச் சென்றான். சிவன் அவனைச் சக்கராயுதத்தால் தாக்க, விஷ்ணு திரிசூலத்தால் அவன் மார்பைப் பிளந்தார். அசுரன் இறந்து இமயமலையிலிருந்து உருண்டு வீழ்ந்தான். இதுதான் சிவனும் விஷ்ணுவும் ஆயுதங்களை மாற்றிக்கொண்ட கதை. அப்போது சிவன் காலடிபட்ட இடத்திலிருந்து விதாஸ்தா என்ற நதி உருவானது' என்றார் புலஸ்தியர்.

ஆனாலும் நாரதருக்கு, மகாவிஷ்ணு ஏன் தனது சக்கரத்தை சிவபெருமானுக்கு அளித்தார் என்று தெளிவாகப் புரியவில்லை. அதனை விளக்குமாறு புலஸ்தியரிடம் கேட்டார். புலஸ்தியர் சொன்னார்:

உபமன்யுவின் கதை

வீதமன்யு என்னும் அந்தணர் தனது பத்தினி தர்மசீலையுடன் வாழ்ந்து வந்தார். வேதங்கள் அறிந்த அவர் இல்லற தர்மத்தைக் கடைப்பிடித்து வந்தார். அனுஷ்டானங்களில் ஈடுபட்டு பொருளாசை அற்று இருவரும் வாழ்ந்துவந்ததால் குடும்பத்தை வறுமை வாட்டியது. அவர்கள் அதை ஒரு குறையாக நினைக்கவில்லை. அவர்களுக்கு ஒரு குழந்தை பிறந்தது. உபமன்யு என்று பெயரிட்டு அக்குழந்தையை அன்புடன் வளர்த்துவந்தனர். வறுமை சூழ்ந்த வீதமன்யு குடும்பத்தில் குழந்தைக்குப் பால் புகட்டக்கூட வழியில்லை. ஆகவே மாவை நீரில் கரைத்து அதைப் புகட்டி வந்தனர்.

ஒருசமயம் வீதமன்யு தனது குடும்பத்துடன் மற்றொரு வேதியர் வீட்டிற்குச் செல்லவேண்டி இருந்தது. அவர்கள் இவர்களுக்கு நல்ல உணவுகளை அளித்து, குழந்தை உபமன்யுவுக்கு நன்கு காய்ச்சப்பட்ட பசுவின் பாலை அளித்தனர். வீட்டிற்குத் திரும்பிய அந்தணர் அன்று இரவு குழந்தைக்கு வழக்கப்படி மாவைக் கரைத்து அதைப் பாலாகக் கொடுத்தனர். பாலின் சுவையை அறிந்த குழந்தை இந்தப் பாலைக் குடிக்காமல் அழுதது. எவ்வளவோ சமாதானப்படுத்தியும் உபமன்யு அழுவதை நிறுத்தவில்லை.

தர்மசீலை குழந்தையை அணைத்து, 'உபமன்யு! அந்தச் சிவபெருமானின் அருள் கிடைத்தால் பால் என்ன, அமிர்தமே கிடைக்கும்!' என்றாள். இதைக் கேட்ட உபமன்யு, தனது தாயை நோக்கி, 'அன்னையே! அவர் யார்? எங்கு இருக்கின்றார்? அவரது அருளைப் பெற நான் என்ன செய்ய வேண்டும்?' என்று கேட்டான்.

சிவனின் சக்ராயுதம்

'முன்பொரு காலத்தில் ஸ்ரீதாமன் என்னும் அரக்கன் இருந்தான். பலசாலியும், மிகவும் கொடூர குணமும் கொண்டவனான அவன் மூன்று உலகையும் வென்றுவந்தான். அவன் மகாவிஷ்ணுவின் ஸ்ரீவத்சத்தைக் கைப்பற்ற எண்ணினான். இதை அறிந்துகொண்ட விஷ்ணு இமாலயம் சென்று ஆயிரமாண்டுகள் ஒற்றைக் காலில் நின்று கடுந்தவம் செய்தார். சிவபெருமான் அவர்முன் தோன்றி 'சுதர்சனம்' என்னும் சக்ராயுதத்தை மகாவிஷ்ணுவுக்கு அளித்தார்.

எல்லா ஆயுதங்களைவிடவும் சிறந்ததான சக்ராயுதத்தில் பன்னிரண்டு மாதங்களும், ஆறு ருதுக்களும் ஆரக்கால்களாக அமைந்துள்ளன. எல்லா தேவர்களின் அம்சமும் அதில் உள்ளது. இந்த ஆயுதத்தைப் பெற்ற மகாவிஷ்ணு, அதன் திறமையைப் பரிசோதிக்க எண்ணினார். இதைக் கேட்ட மகேஸ்வரன், தனது உடலில் அந்தச் சக்ராயுதத்தை விட்டு சோதிக்கும்படிக் கூறினார். விஷ்ணுவும் அவ்வாறே செய்யவும், அது சிவபெருமானது உடலை மூன்று துண்டுகளாகப் பிளந்தது.

இதைக் கண்ட நாராயணன், தனது தவறை உணர்ந்து சிவனைப் பணிந்து போற்றித் துதித்தார். ஹிரண்யாட்சன், சுவர்ணாட்சன், விசுவரூபாட்சன் என்னும் மூன்று மூர்த்திகளாகத் தான் தோன்றவே சக்ராயுதத்தைச் சோதிக்கும் எண்ணத்தை மகாவிஷ்ணுவுக்கு உண்டாக்கியதாக பரமேஸ்வரன் தெரிவித்தார்.

பின் மாதவன் சிவபெருமான் அளித்த சக்ராயுதத்தால் ஶ்ரீதாமனின் சிரத்தை அறுத்து அவனைக் கொன்றார்.'

தனது தாய் தர்மசீலையிடமிருந்து இதைக் கேட்ட உபமன்யு பகவத் பக்தியில் தனது சிந்தனையைச் செலுத்தி மோட்சம் அடைந்தான். இதுவே, இருவரும் தங்களது ஆயுதங்களை மாற்றிக்கொண்டதன் காரணம்!' என்றார் புலஸ்தியர். பிரகலாதனின் புனித யாத்திரையைப் பற்றித் தொடர்ந்து கூறலானார்.

16

கஜேந்திரனும் முதலையும்

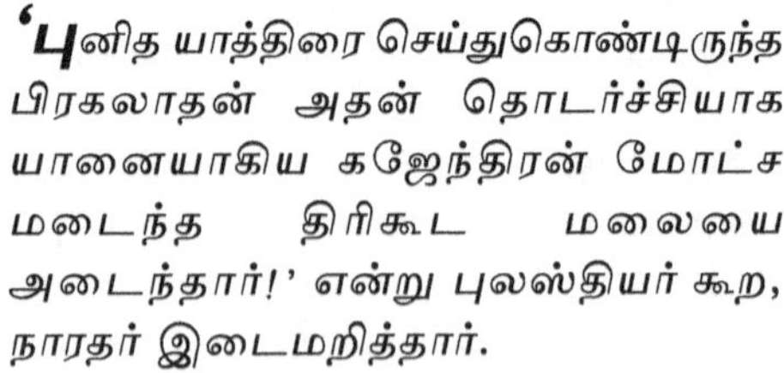

'புனித யாத்திரை செய்துகொண்டிருந்த பிரகலாதன் அதன் தொடர்ச்சியாக யானையாகிய கஜேந்திரன் மோட்ச மடைந்த திரிகூட மலையை அடைந்தார்!' என்று புலஸ்தியர் கூற, நாரதர் இடைமறித்தார்.

'மகானே! கஜேந்திரன் முதலையின் பிடியிலிருந்து எவ்வாறு விடுபட்டார் என்று கஜேந்திர வரலாறைக் கேட்க ஆவலாக உள்ளேன்!' என்று சொல்ல, அதற்கு புலஸ்தியர், 'சொல்கிறேன் கேளும் மகரிஷி!' என்றார்.

'திரிகூட மலையில் உள்ள நீர்த்தேக்கத்தில் ஒரு முதலை வாழ்ந்து வந்தது. ஒருநாள் அந்தத் தடாகத்தில் தண்ணீர் அருந்த யானை ஒன்று வந்தது. அது தண்ணீர் அருந்த முற்பட்டபோது தடாகத்தில் வசித்து வந்த முதலை யானையின் காலைக் கவ்வி நீர்த்தேக்கத்தின் நடுவிற்கு இழுத்துச் சென்றது. சிக்கிக்கொண்ட யானை தனது பலம் அனைத்தும் திரட்டிப் போராடி யும் முதலையின் பிடியிலிருந்து விடுபட முடியவில்லை.

அச்சத்தால் பீடிக்கப்பட்ட யானை தான் சதாசர்வ காலமும் துதிக்கும் பரம்பொருளான ஸ்ரீஹரியை வேண்டிக் கதறியது. தடாகத்தின் தாமரை மலரால் விஷ்ணுவைப் போற்றி, அர்ச்சனை செய்தது. 'முனிவர்களால் வணங்கப்படும் எங்கும் நிறைந்திருக்கும் விஷ்ணுவை, ஹரியை வணங்குகிறேன். விஸ்வேஷ்வர், ஸ்ரீஹரி, சந்தான புருஷன் என்று அழைக்கப்படும் விஷ்ணுவை வணங்குகிறேன்!' என்று போற்றித் துதித்தது. இதனால் மனம் இரங்கிய மகாவிஷ்ணு, சுதர்சனச் சக்கரத்தால் முதலையைக் கொன்று, யானையைக் காப்பாற்றினார்.

உண்மையில் அந்த முதலையானது ஒரு கந்தர்வன். தேவால முனிவரால் சபிக்கப்பட்டு முதலையாக மாறினான். விஷ்ணுவின் அருளால் கொல்லப்பட்டு கந்தர்வன் சாபத்திலிருந்து விடுதலை பெற்று சொர்க்கம் அடைந்தான். யானையும் முற்பிறவியில் இந்த்ரத்யும்னன் என்னும் மன்னனாக இருந்து அகத்திய மாமுனியால் சபிக்கப்பட்டு இவ்விதம் பிறவியெடுத்திருந்தது. யானையும் சாபத்திலிருந்து விடுபட்டு வைகுந்தம் அடைந்தது' என்று புலஸ்தியர் சொல்லி முடிக்க, 'விஷ்ணுவைத் தோத்திரம் செய்து கஜேந்திரன் தனக்கு வந்த ஆபத்திலிருந்து தப்பி மோட்சம் பெற்றது என்றால் அந்த விஷ்ணு ஸ்தோத்திரத்தின் மகிமை பற்றி என்னவென்று சொல்வது?' என்று மெய்சிலிர்த்துபோன நாரதரிடம், அதுகுறித்து இன்னுமொரு கதை சொல்கிறேன் கேளும்!' என்ற புலஸ்தியர் விஷ்ணு ஸ்தோத்திரத்தின் பெருமை குறித்துச் சொல்லலானார்.

விஷ்ணு பஞ்சார ஸ்தோத்திரத்தின் மகிமை

முன்பொரு சமயம் பிராமணர்களை வெறுக்கும் க்ஷத்திரியன் ஒருவன் தனது மறுபிறவியில் ராட்சஸனாகப் பிறந்து நாசவேலைகளில் ஈடுபட்டிருந்தான்.

அப்போது ஒரு துறவி தவம் செய்துகொண்டிருந்தார். ராட்சஸன் அந்தத் துறவியை விழுங்க நினைத்தான். துறவி விஷ்ணுபஞ்சார ஸ்தோத்திரத்தைச் சொல்லி தியானம் செய்துகொண்டிருந்ததால் ராட்சஸனால் அவரை விழுங்க முடியவில்லை. அவரை விழுங்க நான்கு மாதங்கள் காத்திருந்தான் ராட்சஸன். கண் விழித்துப் பார்த்த துறவி ராட்சஸன் தன்முன் இருப்பதைக் கண்டு திடுக்கிட்டார். 'நீ யார்? எதற்காக இங்கு என் முன் காத்திருக்கிறாய்?' என்று ராட்சஸனிடம் கேட்டார்.

'ஸ்வாமி! தங்களைக் கொல்லும் எண்ணத்துடன் வந்தவன் நான். தாங்கள் விஷ்ணுபஞ்சார ஸ்தோத்திரத்தைச் சொல்லிக்கொண்டிருந்

ததால் என்னால் அதை நிறைவேற்றிக் கொள்ள முடியவில்லை. நான் தங்களுடைய தவத்தின் மேன்மையைக் கண்டு வியந்து போனேன். தங்களிடம் அதைக் கற்றுக்கொள்ள விரும்புகிறேன். இதுவரை நான் பல பாவங்கள் செய்திருக்கிறேன்; அந்தப் பாவங்களிலிருந்து விடுபடும் வழியைத் தாங்கள்தான் எனக்குக் கூறவேண்டும்!' என்று கேட்டுக்கொண்ட ராட்சசன் துறவியின்முன் மண்டியிட்டான்.

அசுரனுக்குத் தன்னால் போதிக்க முடியாது என்று கூறிய துறவி, மற்றொரு துறவியின் உதவியை நாடுமாறு அறிவுரை கூறினார். அதனால் ராட்சசன் வேறொரு துறவியைத் தேடிப்போனான். ஓரிடத்தில் தவம் செய்துகொண்டிருந்த துறவியைக் கண்டவன் அவரை சிறைப்பிடித்துக்கொண்டான்.

முனிவர் பயந்துபோய் ராட்சசனிடம், 'நான் இந்தப் பழத்தை என் குருவிற்குக் கொடுத்துவிட்டு வரும்வரை காத்திரு!' என்று வேண்டினார். ஆனால் அந்தத் துறவி தப்பிக்க எண்ணுகிறார் என்று எண்ணிய ராட்சசன் அவரைப் போக விடவில்லை.

பயந்து போன துறவி, தனக்கு உதவி செய்யுமாறு சரஸ்வதி தேவியிடம் மான்சீகமாக வேண்டினார். 'பயப்படாதே, என் ஆசீர்வாதத்தால் நீ ராட்சசனுக்கு ஸ்தோத்திரத்தைக் கற்றுக்கொடு' என்று சரஸ்வதி தேவி அந்தத் துறவி முன் தோன்றிச் சொல்லிவிட்டு மறைந்துவிட்டாள்.

துறவி ராட்சசனுக்கு விஷ்ணுபஞ்சார ஸ்தோத்திரத்தைக் கற்றுக் கொடுத்தார். தினமும் மூன்று முறை சொல்லவேண்டும் என்று ராட்சசனுக்கு அறிவுரை சொல்லிவிட்டு விடைபெற்றுக்கொண்டார்.

'கிருஷ்ணன், ரிஷிகேசன், வாசுதேவன், ஜனார்தனன், ஜகன்னாதன் என்று பல்வேறு பெயர்களில் அழைக்கப்படும் ஹரியை வணங்குகிறேன்; ஆதிசேஷனைப் படுக்கையாகக் கொண்டு கைகளில் சங்கு சக்கரத்தை வைத்துக்கொண்டிருக்கும் விஷ்ணுவே, என்னை விடுவிப்பாயாக. எல்லா உயிர்களிடத்தும் உள்ளவனே; நெருப்பிலும் மரக்கட்டையிலும் இருப்பவனே; என் பாவங்களிலிருந்து விடுவிப்பாயாக!' என்பது ஸ்தோத்திரத்தின் சாராம்சம்.

விஷ்ணு ஸ்தோத்திரத்தைக் கற்றுக்கொண்ட ராட்சசன் அங்கிருந்து சாலகிராமத்துக்குச் சென்றான். தினமும் ஸ்தோத்திரத்தைச் சொல்லி தவம் செய்தான்; அதனால் அவன் தனது பாவங்களிலிருந்து விடுபட்டு விஷ்ணுலோகத்தை அடைந்தான்' என்றார் புலஸ்தியர்.

அடுத்து, விஷ்ணு பகவானை மனம் கனியவைப்பதற்காக புரூரவன் மேற்கொண்ட 'நக்ஷத்திர புருஷன்' என்ற கடுமையான தவ

வாழ்க்கையைப் பற்றி விளக்கமாகக் கூறுமாறு புலஸ்தியரிடம் நாரதர் கேட்டார்.

நட்சத்திர புருஷனைப் பற்றிய விளக்கம்

அதற்கு புலஸ்தியர், 'விஷ்ணுவின் உடலில் அனைத்து இராசி மண்டலங்களும் இருக்கின்றன. மூல நட்சத்திரம் அவரது திருவடியிலும், ரோகிணி அவரது தொடையிலும், அஸ்வினி அவரது முழங்காலிலும், பூராடமும் உத்திராடமும் அவரது மார்பிலும் இருக்கின்றன. விதிமுறைகளின்படி ஒருவர் விஷ்ணுவை வழிபட்டால் வீடு பேற்றை அடையலாம்.

'விஷ்ணுவின் திருமேனியின் உறுப்புக்களை வழிபட்டால் நோய் நொடியில்லாத நலமான வாழ்வை வாழலாம். கடுமையான விதிமுறைகளைக் கடைப்பிடித்து விஷ்ணுவை வழிபட்டோருக்கு அருளையும் இனிமையான குரலையும் வழங்கினார். அருந்ததிக்குப் பாராட்டு கிடைத்தது; ஆதித்யனுக்கு அவர் விரும்பியபடி ரேவந்தன் என்ற மகன் பிறந்தான்; அப்சரஸ்களான ரம்பை, மேனகை ஆகியோருக்கு அழகும் இனிமையான குரலும் அருளினார் விஷ்ணு. சந்திரனுக்கு அருள் கிடைத்தது. புரூரவனுக்கு இழந்த அரசு கிடைத்தது. ஆன்மிகச் சடங்குகளை விதிமுறைகளின்படி செய்தவர்கள் அனைவருக்கும் விஷ்ணுவின் அருள் கிடைத்தது!' என்று கூறினார்.

நட்சத்திர புருஷ பூஜை

நட்சத்திரங்கள் பகவானது ஒவ்வொரு அவயங்களிலும் இணைந்துள்ளன. பகவானின் கண்கள் மிருகசீரிஷ நட்சத்திரம், மூக்கு மகம், உதடு பூசம், பற்கள் சுவாதி, காதுகள் திருவோணம், கன்னம் புனர்பூசம், மயிர்கள் திருவாதிரை, கழுத்து கேட்டை, தோள்கள் விசாகம், கைகள் அஸ்தம், நகம் ஆயில்யம், புறங்கை சித்திரை, இடை கிருத்திகை, இடையின் முன்புறம் அனுஷம், இடையின் பின்புறம் அவிட்டம், மலவழி பூராடம், ஜலவழி பூரம், தொடைகள் அசுவினி, முழங்கால் ரோகிணி, பாதக்கமலங்கள் மூல நட்சத்திரம்.

எந்த மாதப் பெளர்ணமியில் இந்த நட்சத்திரத்தில் ஒன்று வருகிறதோ, அந்த மாதம் அந்த நட்சத்திரத்தில் குறிப்பிடப்பட்ட அவயத்தை உபவாசமிருந்து நியமத்துடன் அர்ச்சனை செய்யவேண்டும். இவ்வாறு எல்லா அங்கங்களையும் அதற்குக் குறிப்பிடப்பட்டுள்ள நட்சத்திரம் வரும் பெளர்ணமியில் பூஜை செய்வோர் அழகிய வடிவத்தை அடைவார்கள். இந்த பூஜையை செய்து ரம்பை அழகையும், திலோத்தமை அழகிய வாக்கையும், புரூரவஸ் தேஜஸையும், பெரிய ராஜ்ஜியத்தையும் அடைந்தார்கள்.

தானம்

பகவானை நினைத்து பசு, நிலம், அன்னம், ஆடை, தங்கம் இவற்றைத் தானமாக அளிப்பது சிறந்த தர்மமாகும். மாசி மாதம் எள்ளும் விறகும் மற்றும் விறகு பங்குனி மாதம் தானியமும், ஆடைகளையும் தானமாக அளிப்பது சிறந்தது. சித்திரை மாதம் விதவிதமான ஆடை வகைகளையும், படுக்கை மற்றும் ஆசனம் முதலியவற்றையும், வைகாசி மாதம் வாசனை திரவியங்கள், ஜல பாத்திரம், தேனு (பசு) மற்றும் விசிறி போன்றவற்றையும் தானமாகக் கொடுத்தால் திரிவிக்கிரமன் சந்தோஷமடைவார்.

ஆனி மாதத்தில் நெல்லிக்கனி, உப்பு, குடை மற்றும் செருப்பு முதலியவற்றையும், ஆடி மாதத்தில் வெல்லம், விருஷபம் (பசு) ஆகியவற்றையும் தானமாகக் கொடுத்தால் வாமனரின் அருள் நமக்குக் கிட்டும். ஆவணியில் பாயசம், தேன், தயிர் போன்றவற்றையும், புரட்டாசியில் தாமிரம், இரும்பு போன்ற உலோகங்களையும் கொடுத்தால் பகவான் மகிழ்ச்சியடைவார். ஐப்பசி மாதத்தில் வீடு, குதிரை போன்றவற்றையும், கார்த்திகை, மார்கழி மற்றும் தை மாதங்களில் அவரவர்களுக்குப் பிடித்தமான பொருள்களையும் தானமாகக் கொடுத்தால் பரமாத்மா சந்தோஷம் அடைவார்.

பகவானுக்கு ஆலயம் எழுப்புவது, ஆலயத்தைச் சுத்தமாகப் பெருக்கி அலங்காரம் செய்வது, உத்சவங்களைச் செய்வது, பகவானுக்கு வாகனம், பல்லக்கு, விருதுக்கொடி போன்றவற்றையெல்லாம் செய்வது உத்தமான தர்மமாகக் கருதப்படும் என்று தானத்தின் தன்மைகள் பற்றி கூறப்படுகிறது' என்று கூறிய புலஸ்திய மகரிஷி தொடர்ந்து,

'இந்த வாமன சரிதத்தை பக்தியோடு படிப்போரும், கேட்போரும், பிறருக்குக் கூறுவோரும், தன் சக்திக்குத் தகுந்தபடி பௌராணிகரைப் பூஜிப்போரும் வைகுண்டத்தில் வசிப்பர்!' என்று நாரதருக்குச் சொன்னார்.

வாமன புராணம் கேட்ட மகிழ்ச்சியில் நாரதரும் அந்தரங்க பக்தியோடு பகவானைப் பாடிக் கொண்டு சென்றார்.

ஸ்ரீவாமன புராணம் முற்றுப் பெற்றது.